கறுப்பு வெள்ளை

பாலு சத்யா

கிழக்கு

கறுப்பு வெள்ளை: மார்ட்டின் லூதர் கிங்
Karuppu Vellai: Martin Luther King
Balu Sathya ©

First Edition: April 2007
136 Pages
Printed at Repro Knowledgecast Limited, Thane.

ISBN: 978-81-8368-356-2
Title No: Kizhakku 223

Kizhakku Pathippagam
177/103, First Floor,
Ambal's Building, Lloyds Road,
Royapettah, Chennai 600 014.
Ph: +91-44-4200-9603

Email : support@nhm.in
Website : www.nhm.in

Author's Email : balusathyak@gmail.com

Kizhakku Pathippagam is an imprint of New Horizon Media Private Limited

கறுப்பு வெள்ளை

மார்ட்டின் லூதர் கிங்கின் வாழ்க்கை

பாலு சத்யா

இயற்பெயர் கே. பாலசுப்ரமணியன். கடந்த பத்து வருடங்களாகப் பத்திரிகைகளில் எழுதி வருபவர். மூன்று சிறுகதைத் தொகுப்புகளும் ஒரு மொழி பெயர்ப்பு நூலும் வெளிவந்துள்ளன. சிறுகதைகளுக் காகப் பல பரிசுகள் பெற்றவர்.

சமர்ப்பணம்

அப்பாவுக்கு.

கறுப்பு வெள்ளை பக்கங்கள்

அடிமை வம்சம்

1

ஆகஸ்ட் 3, 1492. ஸ்பெயினிலிருக்கும் பாலோஸ் (Palos) துறைமுகம் ஏக உற்சாகத்தில் மிதந்துகொண்டிருந்தது. அன்றைக்கு அந்தத் துறைமுகத்திலிருந்து மூன்று கப்பல்கள் புறப்பட இரு ந்தன. நினா (Nina), பின்ட்டா (Pinta) மற்றும் சான்ட்டா மரியா (Santa Maria). அந்தக் கப்பல்களை வழிநடத்திச் சென்றவர் கிறிஸ்டோஃபர் கொலம்பஸ் (Christopher Columbus). ஸ்பெயினிலிருந்து கிளம்பியபோது, கொலம்பஸின் நோக்கம் மேற்கு நோக்கிப் பயணம் செய்து இந்தியா என்று அப்பொழுது அழைக்கப்பட்ட ஆசியாவை அடைவது. ஏனென்றால், அங்குதான் ஏராளமான தங்கமும் முத்துக்களும் தானியங்களும் கொட்டிக் கிடக்கின்றன என்று அவர் நம்பினார். அமைதியான கடலும், சாதகமான காற்றும் மேற்குமுகமாகக் கப்பல்களை அழைத்துச் சென்றன. ஆனால், கொலம்பஸுக்கும் அவருடைய குழுவினருக்கும் அந்தப் பயணம் மிக நீண்டதாக இருந்தது.

கரை தென்படவே இல்லை. கொலம்பஸுடன் வந்த மாலுமிகள் சலித்துப் போனார்கள்.

அக்டோபர் 10. தாக்குப் பிடிக்க முடியாமல் திரும்பிப் போவதைப் பற்றியே பேசிக் கொண்டிருந்த மாலுமிகளிடம் கொலம்பஸ் சொன்னார்: 'இன்னும் இரண்டே இரண்டு நாள்கள். கரை தென் படவில்லை என்றால் நாம் வீட்டுக்குத் திரும்புவோம்.'

அடுத்த நாள் கரை தெரிந்தது. கொலம்பஸும் அவருடன் வந்த வர்களும் கரை இறங்கினார்கள். எங்கு பார்த்தாலும் பசுமை பொங்க செழித்து வளர்ந்த மரங்கள், கனிவகைகள், சுத்தமான தண்ணீர் - ஜொலித்துக் கொண்டிருந்தது அந்த பூமி. முதலில் கொலம்பஸும் அவருடன் வந்த மாலுமிகளும் அது இந்தியா தான் என்று நினைத்து மகிழ்ச்சிக் கூத்தாடினார்கள். ஆனால் அந்த இடத்தில் இந்தியாவுக்கான அடையாளம் எதுவுமில்லை.

அங்கிருந்த பூர்வகுடிகள் சிவப்பு நிறத்தில், நிர்வாணமாகத் திரிந்து கொண்டிருந்தார்கள். மிகக் கொடூரமாக அவர்களோடு தாக்குதல் நடத்தி, அவர்களில் சிலரை சிறைப்பிடித்தார் கொலம்பஸ். அவர்களைக் கொண்டுபோய் ஸ்பெயின் மன்னர் முன்பு நிறுத்தினார். 'இவர்கள் யார்?' என்று கேட்டார் அரசர். 'சிவப்பிந்தியர்கள்' என்று சொன்னார் கொலம்பஸ். கொலம்பஸ் வாயால் 'செவ்விந்தியர்கள்' என்று அழைக்கப்பட்ட அந்த மக்கள், பிற்காலத்திலும் அப்படியே அழைக்கப்பட்டார்கள். ஆனால், அவர்களுக்கும் இந்தியாவுக்கும் ஒரு சம்பந்தமும் இல்லை. கொலம்பஸ் கண்டுபிடித்த அந்த நாடு, 'அமெரிக்கா' என்று அழைக்கப்பட்டது.

★

அமெரிக்கா கண்டுபிடிக்கப்பட்ட பிறகு, ஸ்பெயின் நாட்டுக்காரர் களும் போர்ச்சுகல் நாட்டுக்காரர்களும் அமெரிக்காவுக்குக் கப்பலில் போனார்கள். அங்கிருந்த செவ்விந்தியர்களை அடித்து விரட்டினார்கள், கொன்றுகுவித்தார்கள், மிரட்டி அடிமை யாக்கினார்கள்.

மிகப் பெரிய நிலப்பரப்புடன் கூடிய ஒரு கண்டம் கிடைத்து விட்டது. நிலத்தைப் பண்படுத்தவும் பயிரிடவும் உழுது விளைச்சல் எடுக்கவும் ஆட்கள் வேண்டுமே! அதுவும் ஏராள

மான ஆட்கள் தேவையாயிற்றே! அமெரிக்காவில் காலடி எடுத்து வைத்த ஐரோப்பிய நாடுகளைச் சேர்ந்தவர்களுக்கும், போர்ச்சுகல் நாட்டைச் சேர்ந்தவர்களுக்கும் இந்த எண்ணம் தோன்றியதும் உடனே நினைவுக்கு வந்தவர்கள், ஆப்பிரிக்காவில் இருந்த பூர்வகுடிகளான 'நீக்ரோ' என அழைக்கப்பட்ட கறுப்பின மக்கள்தான். கூப்பிட்ட குரலுக்கு வேலை செய்ய நிறைய ஆட்கள் தேவைப்பட்டார்கள். உடல் பலம் இருந்தாலும் கல்வியறிவற்ற, குழுக்களாகச் சிதறிக் கிடந்த அந்த மக்கள், ஆயுதங்களால் அடிபணிய வைக்கப்பட்டார்கள். அடிமைகளாக்கப்பட்டு அமெரிக்காவுக்குக் கொண்டு வரப்பட்டார்கள்.

விலங்குகளைப்போல் அள்ளிப்போட்டு கொண்டுவரப்பட்ட ஒவ்வொரு அடிமையின் கைகளும் கயிற்றால் கட்டப்பட்டிருக்கும். கயிற்றின் மற்றொரு பகுதி, அந்த அடிமையின் குழந்தையின் கழுத்தில் சுருக்கைப்போல மாட்டிவிடப்பட்டிருக்கும். எந்த அடிமையாவது தப்பி ஓடமுயற்சி செய்தால், குழந்தையின் கழுத்தில் மாட்டப்பட்டிருக்கும் சுருக்குக் கயிறு இறுகி, குழந்தை இறந்து போகும்.

பல லட்சம் கறுப்பின மக்கள் அடிமைகளாக்கப்பட்டு, கப்பலில் அடைத்து அமெரிக்காவுக்குக் கொண்டுவரப்பட்டார்கள். அவர்களில் பலர் பசியாலும் சித்திரவதையாலும் இறந்து போனார்கள். எதிர்த்தவர்கள் கொல்லப்பட்டார்கள். அடிமைகளாக்கப்பட்ட கறுப்பின மக்கள் அமெரிக்கா, பிரேஸில், ஜமைக்கா, கியானா, ஹைத்தி, க்யூபா போன்ற நாடுகளுக்குக் கொண்டு போகப்பட்டார்கள்.

அமெரிக்காவில் அடிமைச் சந்தைகள் உருவாயின. அடிமை வியாபாரம் அதிகாரபூர்வமான ஒரு தொழிலாக மாறியது. அடிமைகளை வாங்கவும் விற்கவும் ஊருக்கு ஊர் புரோக்கர்கள் முளைத்தார்கள். ஆப்பிரிக்காவிலிருந்து கொண்டுவரப்பட்ட மக்கள், அந்தச் சந்தைகளில் பகிரங்கமாக விலை கூவி விற்கப்பட்டார்கள். நாளிதழ்களிலும் பத்திரிகைகளிலும் 'அடிமைகள் விற்பனைக்கு' விளம்பரங்கள் வெளியாயின. அடிமைகளை வாங்க வந்தவர்கள் கிள்ளிப் பார்த்தும், குத்திப் பார்த்தும், எலும்புகளைத் தட்டிப் பார்த்தும் விலைக்கு வாங்கினார்கள். திடகாத்திரமான அடிமைகளை அதிக விலை கொடுத்து வாங்க ஆட்கள் போட்டிப் போட்டார்கள்.

அடிமைகள், விலைக்கு வாங்கியதும் முதலில் மொட்டை அடிக்கப்பட்டார்கள். அவர்களுடைய மார்பிலோ அல்லது நெற்றியிலோ, அவர்கள் எந்த ஏஜெண்ட் மூலம் வாங்கப் பட்டார்கள் என்பது பச்சைக் குத்தப்பட்டது.

பண்ணை வேலை, வீட்டு வேலை, முதலாளிகளுக்கு பர்ஸனல் செகரட்டரி வேலை என்று அடிமைகளுக்கு வேலைகள் பிரித்துக் கொடுக்கப்பட்டன. ஆனால், அடிப்படையில் எல்லா வேலை களும் ஒன்றுதான். அடிமை வேலை.

பண்ணையில் பகல் முழுவதும் வேலை பார்ப்பவர்கள், இரவில் குதிரைகள், மாடுகள் போன்ற விலங்குகளைப் பராமரிக்க வேண்டும். காலை ஏழு மணிக்கும் இரவு ஒன்பது மணிக்கும் சாப்பாடு போடுவார்கள். ஓர் அடிமைக்கு ஆறு கவளம் உணவு. அந்நாள்களில் அடிமைகளுக்கு அரிசிச் சோறும் அரிசிப் பொரியும்தான் உணவாகத் தரப்பட்டன. அப்பொழுது அமெரிக் காவில் அரிசி, தாழ்த்தப்பட்டவர்களுக்கான உணவாகக் கருதப் பட்டது. அரிசிச் சோறு எவ்வளவோ பரவாயில்லை. சில பண்ணைகளில் நிலைமை ரொம்பமோசம். அந்தப் பண்ணை களில் பெரிய மரத்தொட்டி வைக்கப்பட்டிருக்கும். அடிமை களுக்காகச் சோளக் கஞ்சியைக் காய்ச்சி அதில் ஊற்றிவிடு வார்கள். அடிமைகள் கையாலும் கோப்பைகளாலும் அதை அள்ளி அள்ளிக் குடிக்க வேண்டியதுதான்.

அதுவும், உடலை வருத்தி உழைக்கிறார்களே என்னும் அக்கறை யினால் அளிக்கப்பட்ட உணவு அல்ல அது. விலை கொடுத்து வாங்கியாகிவிட்டது. கோளாறு இல்லாமல் அவர்கள் வேலை செய்யவேண்டும் அல்லவா? குதிரைக்குக் கொள்ளு. ஜீப்புக்கு பெட்ரோல். அடிமைகளுக்கு உணவு.

வீட்டு வேலை பார்க்கிறவர்களுக்கு ஒரே ஒரு வேலைதான். எஜமானரோ, எஜமானியோ சொல்கிற வேலையைச் செய்ய வேண்டும். பண்ணை வீட்டை ஒரு நாளைக்கு எட்டு முறை கூட்டித் துடைப்பது, வீட்டு வேலை பார்க்கும் அடிமைகளின் முக்கியமான வேலை. இதென்ன பெரிய காரியமா என்று கேட்கிறீர்களா? பெரிய காரியம்தான். ஒரு பண்ணை வீட்டை முழுக்கச் சுற்றி வரவே முக்கால் மணி நேரமாகும். வீட்டு வேலை பார்ப்பவர்களுக்கு அரிசிச் சோறு கிடையாது. பொரியும்

கொள்ளும்தான் உணவு. அதுவும் இரண்டு வேளை சாப்பாடு தான்; இரண்டு பிடி மட்டும்தான்.

பெர்சனல் அசிஸ்டெண்ட்டாக வேலை பார்க்கும் அடிமைகளின் நிலை இன்னும் மோசம். பொதுவாக இந்தப் பதவிகள் பெண் களுக்கு மட்டுமே தரப்பட்டன. எஜமானர் என்ன சொன்னாலும் செய்ய வேண்டியது அவர்களுடைய வேலை. என்ன சொன்னா லும் என்றால், என்ன சொன்னாலும்தான். கிட்டத்தட்ட பாலியல் தொழிலாளிகள்.

பதினெட்டாம் நூற்றாண்டின் மத்தியில் வாழ்ந்த எலிசபெத் ஸ்பிரிங் என்ற வெர்ஜீனிய அடிமை எழுதிய ஒரு கடிதம் இது.

'அன்புள்ள அப்பா, நீங்கள் நலமாக இருப்பீர்கள். எனக்கு இரண்டு வேளை சாப்பாடு கிடைத்துவிடும் என்பதால், நான் நலமாக இருக்கிறேன் என்று நினைத்துக் கொண்டிருப்பீர்கள். ரொம்ப நலம்.

இரண்டு வேளை சாப்பாடு போட்டுவிடுகிறான் என் எஜமானன். ஆனால், ஒரு நாளைக்கு ஆறு முறை அவனோடு நான் படுத்து எழ வேண்டியிருக்கிறது. என் இடுப்பு எலும்புகள் ஒழுங்காக இருக்கின்றனவா, உடைந்து தூளாகிவிட்டனவா என்று தெரிய வில்லை. வலி நிரந்தரமாகிவிட்டது. படுத்து எழுந்தேனே தவிர உறங்கவில்லை.

என் எஜமானன் ஒரு மிருகம். அவனது மூர்க்கத்தை என்னால் விவரிக்கவே முடியாது. விடிந்ததிலிருந்து மிருகத்தனமாக நான் கைந்து முறை பலாத்காரம் செய்திருக்கிறோமே, அந்தப் பதினேழு வயதுப் பெண்ணை ஒரு மணி நேரம் ஓய்வெடுக்கச் சொல்வோம் என்று கனவிலும் நினைக்க மாட்டான். காரியம் ஆனதும் உடனே என்னை வேலைக்கு விரட்டுவான்.

அவனைத் திருப்தி செய்த கையோடு அவனது பண்ணைக் குதிரைகளுக்குச் சேவகம் செய்தாக வேண்டும். குதிரைகளுக்கு என் மீது கொஞ்சம் இரக்கம் உண்டு. என் எஜமானன் எனக்குக் கொடுக்கும் உப்புப் போட்ட ஒரு பிடி அரிசிப் பொரி என் வயிற்றுக்குப் போதாது என்பது எப்படியோ குதிரைகளுக்குத் தெரிந்திருக்கும். அவற்றுக்கு வைக்கும் கொள்ளில் கொஞ்சம் எனக்காகவே மிச்சம் வைத்திருக்கும். நான் குதிரைகளைத்

தேய்த்துக் குளிப்பாட்டியதும் கொள்ளை பிடிப் பிடியாக அள்ளிச் சாப்பிடுவேன்...'

பதினெட்டாம் நூற்றாண்டு அமெரிக்க அடிமைகளின் வாழ்க்கை குறித்து ஆராய்ந்த ஆராய்ச்சியாளர்கள், ஒரு விஷயத்தை மட்டும் ஒப்புக் கொள்கிறார்கள். சராசரியாக ஒவ்வொரு அடிமையும் வாரத்துக்கு எண்பத்தைந்து முதல் நூற்றுப் பத்து மணி நேரம் வேலை பார்த்திருக்கிறார்கள். அதாவது ஒரு நாளைக்கு நாலு மணி நேரத்துக்குக் கொஞ்சம் கூடுதலான நேரம் மட்டுமே ஓய்வு. இது ஒரு வாரத்துக்கோ, ஒரு வருஷத்துக்கோ அல்ல, வாழ்நாள் முழுவதும்.

அடிமைகளுக்கு வேலைப் பளு ஒரு பக்கம், மிகக் குறைவான அளவோடு, வயிற்றுக்கும் வாய்க்கும் போதாத உணவு மறு பக்கம். இது போதாதென்று சவுக்கடி, சித்திரவதை. விலைக்கு வாங்கியவர்கள் அந்தக் கறுப்பின மக்களை ஒரு மனிதப் பிறவி யாகவே கருதவில்லை. மிருகங்களைவிடக் கேவலமாக நடத்தி னார்கள். வேலையில் சுணக்கம் காட்டிய அடிமைகளுக்கு அமெரிக்கப் பண்ணையார்கள் தந்த தண்டனைகள் மிகக் கொடூர மானவை.

வேலை நேரத்தில் ஒரு கறுப்பின அடிமை அசந்து தூங்கியதும் அல்லாமல், குறட்டை வேறு விட்டான் என்பதற்காக, அவ னுடைய மூக்கை அறுத்தார் ஒரு வெர்ஜீனியப் பண்ணையார். பல பேர் காது அறுபட்டிருக்கிறார்கள். பலருடைய விரல்கள் வெண்டைக்காயை நறுக்குவதுபோல் நறுக்கப்பட்டிருக்கின்றன. பணத் திமிரில், பல நூற்றுக்கணக்கான அடிமைகளை மொத்த மாக நிறுத்திச் சுட்டு வீழ்த்தி, அடையாளம் தெரியாமல் புதைத் திருக்கிறார்கள் சில பண்ணையார்கள். பாலியல் பலாத்காரத்தில் ஈடுபடும்போதே, பல பெண் அடிமைகளின் உயிர்கள் பிரிந்திருக் கின்றன. அடிமைகளின் ஒரே உணவான அரிசிப் பொரியில் குதிரையின் சிறுநீரைக் கலந்து கொடுத்து, தின்னச் சொல்லிக் கட்டாயப்படுத்தியிருக்கிறார்கள். பிரசவ வலி எடுத்த அடிமைப் பெண் ஒருத்தியை பலாத்காரப்படுத்தி, குழந்தையையும் தாயையும் ஒரே சமயத்தில் சாகடித்தார் ஒரு பண்ணையார். இரு பிணங்களையும் நதியில் வீசியெறிந்தார்.

வேலை செய்ய மறுக்கும் அல்லது எதிர்த்துப் பேசும் அடிமை களுக்காகத் தனியே கேம்ப்புகள் நடத்தப்பட்டன. அங்கே காலடி

எடுத்து வைப்பவர்கள், சர்வநிச்சயமாகப் பிணமாகத்தான் திரும்ப வேண்டியிருக்கும்.

அடிமைக்கு அடி குறித்த பயம் உண்டானது. பயம், மன நிலையைக் குலைத்தது. தான் அடிமையாக இருப்பதற்கு, சொன்ன வேலையைச் செய்வதற்கு மட்டுமே பிறந்தவன் என்ற எண்ணம் பிறந்தது. முகாம்களில் கிட்டத்தட்ட நடமாடும் இயந் திரமாகவே ஆகிப் போனார்கள் அடிமைகள். தப்பியோடிய அடிமைகள் வேட்டை நாய்களின் உதவியுடன் விரட்டிப் பிடிக்கப்பட்டார்கள்.

இப்படி ஆப்பிரிக்காவிலிருந்து அடிமைகளாகக் கொண்டுவரப் பட்ட அடிமைகளின் எண்ணிக்கை 350 ஆண்டுகளில் எவ்வளவு தெரியுமா? ஒன்றரைக் கோடி முதல் இரண்டு கோடிபேர்.

போர்த்துக்கீசியர்களைத் தொடர்ந்து, அமெரிக்காவில் அடி யெடுத்து வைத்தவர்கள் இங்கிலாந்துக்காரர்கள். மற்ற நாட்டுக் காரர்களைவிட, பிரிட்டிஷாரிடம் கடற்படை வலிமையாக இருந்தது. அமெரிக்கா முழுவதையும் தங்கள் பிடிக்குள் கொண்டு வர, அவர்களிடமிருந்த கடற்படை போதுமானதாக இருந்தது.

அடிமைகளை வைத்து நிலங்கள் பயிரிடப்பட்டன. அமெரிக்கா வின் தென்பகுதி வளம் மிக்க பூமி. அங்குதான் கறுப்பின மக்கள் பெரும்பான்மையாகப் பயன்படுத்தப்பட்டார்கள். கடும் உடல் உழைப்பால், நேரம் காலமற்ற வேலைப் பளுவால் அந்த அடிமைகளால் அதிக பட்சம் பத்தாண்டுகள்தான் வேலை செய்ய முடிந்தது. அதன் பிறகு, அவர்களுக்கு மரணம்தான்.

★

1789-ம் ஆண்டு, அமெரிக்க அரசியல் சட்டம் இயற்றப்பட்டது. இந்தச் சட்டம் 'அடிமை முறை'யை முழுமனத்தோடு ஆதரித்தது. உடைந்து போனார்கள் கறுப்பின மக்கள். அங்கொன்றும் இங்கொன்றுமாகக் கிளர்ச்சிகள் வெடித்தன. புரட்சியாளர்கள் தோன்றினார்கள். நாட் டர்னர், வீரப்பெண்மணி ஹாரி டப்மேன், ஜான் பிரௌன்... எனக் கறுப்பின மக்களின் விடுதலைக்காகப் போராடிய புரட்சியாளர்கள் அத்தனைபேரும் நசுக்கப் பட்டார்கள்.

கறுப்பின மக்களின் துன்பம், தீராத தொடர்கதையாக நீண்டு கொண்டிருக்க, புதிதாக ஒரு சட்டத்தை 1850-ம் ஆண்டு கொண்டு வந்தது அமெரிக்க அரசு. அதன்படி, அடிமைகள் ஓடிப்போனால், அவர்களைப் பிடிப்பதற்கு மக்கள் கண்டிப்பாக உதவ வேண்டும்.

'இது தற்கொலைக்கு ஒப்பான சட்டம். இதற்கு அடிபணிய முடியாது' என்றார் எமர்சன்.

'அடிமை முறையை ஒழித்தே தீரவேண்டும்' என்று பிரசாரம் செய்த ஆபிரஹாம் லிங்கன், 1860-ம் ஆண்டு குடியரசுக் கட்சியின் சார்பாகப் போட்டியிட்டார். அமோக வெற்றி பெற்று அமெரிக்க ஜனாதிபதியானார்.

அடிமை முறையை ஆதரித்து வந்த தெற்குப் பகுதி முதலாளிகள் இதனால் ஆத்திரமடைந்தார்கள். அமெரிக்காவிலிருந்து தாங்கள் பிரிந்து போகப்போவதாக அறிவித்தார்கள். தெற்கு கரோலினா மாநிலம் பிரிந்து போகப்போவதாக முதன் முதலில் அறிவித்தது. அதைத் தொடர்ந்து தெற்குப் பகுதியில் இருந்த மற்ற மாநிலங் களும் ஒவ்வொன்றாகப் பிரிந்துபோக ஆரம்பித்தன. அடிமை முறையை ஆதரித்து வந்த தென்பகுதித் தலைவர்கள் ஒன்று கூடி, ஒரு சிறப்பு மாநாட்டை நடத்தி, தங்களுக்கென்று ஒரு புதிய அரசாங்கத்தை உருவாக்கிக் கொண்டார்கள். தோட்ட முதலாளி யும் மிகப்பெரிய பணக்காரருமான கர்னல் டேவிஸ், ஜனாதிபதி யாகத் தேர்ந்தெடுக்கப்பட்டார்.

இந்தப் புதிய அரசின் உதவி ஜனாதிபதி சொன்ன ஓர் அறிவிப்பு எல்லோரையும் கொந்தளிப்பின் உச்சத்திற்கே கொண்டு போனது.

'...நீக்ரோ என்பவன் வெள்ளை மனிதனுக்குச் சமமாகமாட் டான்; அடிமைத்தனம் அவனுடைய இயற்கை; எங்களுடைய புதிய அரசாங்கத்தின் மிக முக்கியமான கொள்கை, இந்த மகத்தான உண்மையை அடிப்படையாகக் கொண்டிருக்கிறது.'

இந்தப் புதிய அரசின் பிரகடனத்தால் அமெரிக்காவில் இரண்டு அரசாங்கங்கள், இரண்டு ஜனாதிபதிகள், இரண்டு வெள்ளை மாளிகைகள், இரண்டு ராணுவங்கள் உருவாக்கப்பட்டன. இதன் உச்சகட்டமாக, 1861-ம் ஆண்டு ஏப்ரல் மாதம் அமெரிக்காவில் உள்நாட்டு யுத்தம் வெடித்தது.

ஆபிரஹாம் லிங்கனின் படையில் கறுப்பு இனத்தைச் சேர்ந்தவர்கள் படை வீரர்களாகச் சேர்த்துக்கொள்ளப்பட்டார்கள். வெள்ளையினப் படை வீரர்களுக்கும் கறுப்பினப் படை வீரர்களுக்கும் உணவு, உடை, ஊதியம் எல்லாவற்றிலும் பாரபட்சம் நிலவினாலும் உற்சாகமாகப் போராடினார்கள் கறுப்பின மக்கள். ஆனால் தெற்குப் பகுதிப் படையில் கறுப்பின மக்களைச் சேர்த்துக்கொள்ள வெள்ளையர்கள் முதலில் பயந்தார்கள். கடைசிக் கட்டத்தில், தோல்வி வரக்கூடும் என்ற நிலையில், அவர்களைப் படையில் சேர்த்துக் கொண்டாலும் போர் முனைக்கு அவர்களை அனுப்பவில்லை.

அமெரிக்க உள் நாட்டு யுத்தம் 1861-ம் ஆண்டு முதல் 1865-ம் ஆண்டு வரை நான்கு ஆண்டுகள் நீடித்தது. யுத்தம் நடக்கும் பொழுதே, 1863-ம் ஆண்டு ஆபிரஹாம் லிங்கன் கறுப்பின மக்களுக்கு சுதந்தரப் பிரகடனத்தை அறிவித்தார். ஆனால் அந்தப் பிரகடனம் 1865-ம் ஆண்டில்தான் 13-வது அரசியல் சட்டத் திருத்தத்தின் மூலம் சட்டபூர்வமாக்கப்பட்டது.

உள் நாட்டு யுத்தத்தில் வடக்குப் பகுதியினர் வெற்றி பெற்றாலும், 1865-ம் ஆண்டு ஏப்ரல் 14-ம் தேதியன்று ஆபிரஹாம் லிங்கன் சுட்டுக் கொல்லப்பட்டார். வெற்றி பெற்ற வடபகுதி ஆளும் வர்க்கம், தென்பகுதிக்காரர்களுடன் சமரசம் செய்து கொண்டது. அமெரிக்காவின் தென்பகுதியில் நிறவெறி தொடர்ந்து உக்கிர/ மாகத் தாண்டவம் ஆடிக் கொண்டிருந்தது.

கறுப்பின மக்களுக்கெதிரான இனவெறி உக்கிரமாயிருந்த காலகட்டத்தில், 1929-ம் ஆண்டு, ஜனவரி 15-ம் தேதி, ஒரு செவ்வாய்க்கிழமையில் மார்ட்டின் லூதர் கிங் ஜூனியர் பிறந்தார்.

மார்ட்டின் லூதர் கிங்.

அமைதிக்கான நோபல் பரிசை வாங்கியவர். அஹிம்சையையும் அன்பையும் போதித்த காந்தியாலும் இயேசுவாலும் ஈர்க்கப்பட்டவர். அமெரிக்காவில் சத்தியாக்கிரக முறையில் போராடி இனப்பிரிவினையை ஒரு முடிவுக்குக் கொண்டு வந்தவர். எல்லாவற்றுக்கும் மேல் அவர் அன்பே உருவான ஒரு பாதியார். ஆனால், அவரும் காந்தியைப்போல, இயேசுவைப்போல படுகொலை செய்யப்பட்டார்.

1968-ம் ஆண்டு, ஏப்ரல் *5*-ம் தேதி மார்ட்டின் லூதர் கிங் படுகொலை செய்யப்பட்ட பிறகு, அமெரிக்காவின் தி ஓக்லேண்ட் ட்ரிபியூன் (The Oakland Tribune) பத்திரிகை அவரைப் பற்றி வெளியிட்ட கட்டுரை இப்படித் தொடங்குகிறது: 'நாள்களும் வருடங்களும் உருண்டோடினாலும் மார்ட்டின் லூதர் கிங்கை மரியாதையோடு நினைத்துப் பார்க்கிற மனிதர்கள் கொஞ்சம் பேராவது எப்பொழுதும் இருப்பார்கள். ஏனென்றால், அவர் ஆத்ம பலத்தால் வரலாறைப் புரட்டிப் போட்டவர்.'

நீக்ரோவும் அரசாங்கமும்

2

மார்ட்டின் லூதர் கிங். தந்தையின் பெயரும் அதுவேதான். ஜார்ஜியா மாநிலத்திலுள்ள அட்லாண்டாவில் எபினேசர் பாப்டிசத் திருச் சபையில் (Ebenezer Baptist Church) பாதிரியாராகப் பணியாற்றிக் கொண்டிருந்தார் அவர். அது கறுப்பின மக்களுக்கான சர்ச்.

கிங் பிறந்தபோது, சான்றிதழில் மைக்கேல் லூதர் கிங் என்றுதான் குறிப்பிடப்பட்டிருந்தது. நாளடைவில் 'மார்ட்டின் லூதர் கிங் ஜூனியர்' என்றே அவர் அழைக்கப்பட்டார்.

சின்னஞ்சிறு வயதிலேயே இன வெறியின் கொடுமையையும், தீண்டாமையின் கோர முகத்தையும் பார்த்து அதிர்ந்து போனார் கிங். அவருடைய ஒரே ஆறுதல், அம்மா ஆல்பெர்ட்டா வில்லியம்ஸ் கிங்தான். தன் மகனுக்கு ஆல்பெர்ட்டா வில்லியம்ஸ், அடிமைமுறை தோன்றிய வரலாறையும் உள் நாட்டுப் போரில் அது முடிவுக்கு வந்ததையும் அடிக்கடி விவரிப்பார்.

சட்டரீதியாக விடுதலை கிடைத்துவிட்டது, ஆனால், யதார்த் தத்தில் வெள்ளையர்களுக்குக் கறுப்பின மக்களின் மீதான துவேஷம் கொஞ்சமும் குறையாமல்தான் இருந்தது.

கிங்குக்கு அப்பொழுது ஆறு வயது. கிங்குக்கு ஒரு நண்பன் இருந்தான். அந்த நண்பன் வெள்ளையினத்தைச் சேர்ந்தவன். அவன் கிங்கையே சுற்றிச் சுற்றி வருவான். அவனுடைய தந்தை கிங்கின் வீட்டுக்கு எதிரே ஒரு மளிகைக் கடை வைத்திருந்தார். ஆறு வயதில் கிங்கும் அந்தக் தோழனும் பள்ளிக்குப் போனார்கள். தனித் தனியே. கிங் கறுப்பின மக்களுக்கான பள்ளியிலும் அந்தத் தோழன் வெள்ளையின மக்களுக்கான பள்ளியிலும் சேர்ந்தார்கள்.

அந்த நண்பன் கிங்குடன் விளையாடுவது கொஞ்சம் கொஞ்ச மாகக் குறைந்து ஒரு கட்டத்தில் சுத்தமாக நின்று போனது. ஒருநாள் கிங் அந்த நண்பனை அழைத்து விசாரித்தபோது, அந்த நண்பன் சொன்னான்: 'இனிமே எப்பவும் உன்கூட விளையாடக் கூடாதுன்னு எங்க அப்பா சொல்லியிருக்காரு.' இதைக் கேட்டு கிங் அதிர்ந்து போனார். அப்பாவிடமும் அம்மாவிடமும் போய் விஷயத்தைச் சொன்னார்.

கிங்கின் தந்தை அவருடைய சிறு வயதில் நிகழ்ந்த ஒரு சம்பவத்தைச் சொன்னார்: 'அப்போ நான் சின்னப் பையன். எங்க அம்மா என்னைப் பால் வாங்கிட்டு வரச் சொன்னாங்க. பால் வாங்கிக்கிட்டு ஒரு மாவு மில் வழியா வந்துக்கிட்டு இருந்தேன். அந்த மாவு மில் ஓனர் ஒரு வெள்ளைக்காரன். என்னைப் பாத்ததும் 'இங்க வாடா'ன்னு கூப்பிட்டான். நானும் என்னன்னு கேட்டேன். 'இந்தா! இந்த பக்கெட்டு நிறைய தண்ணி புடிச்சு கிட்டு வா'ன்னு சொன்னான். எதுக்குன்னு கேட்டேன். 'எல்லாம் இங்க வேலை பாக்கறவங்களுக்குத்தாண்டா போடா!'ன்னான். முடியாதுன்னேன். அவனுக்குக் கோபம் வந்துடுச்சு. அவன் என்னை அடிஅடின்னு அடிச்சு கீழே தள்ளி விட்டுட்டான். களேபரத்துல பால் கொட்டிப் போச்சு. நான் அழுதுக்கிட்டே வீட்டுக்கு ஓடினேன்.

அம்மாக்கிட்ட விஷயத்தைச் சொன்னேன். அவங்க ரொம்ப தைரியசாலி. என்னைக் கூட்டிக்கிட்டு நேரா அந்த மில்லுக்குப் போனாங்க. மில் ஓனரை விசாரிச்சாங்க. அந்த ஆள், 'ஆமா. அடிச்சேன். அதுக்கு என்ன இப்போ?'ன்னு தெனாவட்டா கேட்டான். எங்க அம்மாவுக்குக் கோபம் வந்துடுச்சு. அந்த

வெள்ளைக்காரனை 'பளார்'னு ஒரு அறைவிட்டாங்க. அவனைக் கீழே தள்ளி குத்து குத்துன்னு குத்தி எடுத்துட்டாங்க. அவங்களை சமாதானப்படுத்தறதுக்குள்ள எல்லாருக்கும் போதும் போதும்னு ஆயிடுச்சு. ஆனா விஷயம் அதோட முடிஞ்சு போகலை.

என்னை அந்த வெள்ளைக்காரன் அடிச்சுட்டான்னு எங்க அப்பா வுக்குத் தெரிஞ்சுப் போச்சு. அவரு 'அவனை என்ன பண்றேன் பாரு'ன்னு சொல்லிட்டு, கைத்துப்பாக்கியை எடுத்துக்கிட்டு கிளம்பிட்டாரு. நேரா அந்த வெள்ளைக்காரன்கிட்டப் போயி, 'ஏண்டா! என் மகனையா அடிச்சே. உன்னைக் கொல்றேன் பாரு'ன்னு மெரட்டியிருக்காரு. அப்புறம் எப்படியோ அங்க இருக்கறவங்க சமாதானப்படுத்தி அவரை அனுப்பியிருக்காங்க.

அன்னிக்கு சாயங்காலம் கும்பலா வெள்ளைக்காரங்க குதிரையில ஏறி வந்துட்டாங்க. அவங்க வர்றது எப்படியோ எங்க அப்பா வுக்குத் தெரிஞ்சுப் போச்சு. அவங்க வர்றதுக்குள்ளயே எங்கேயோ ஓடிப் போயிட்டாரு. ரொம்ப நாள் வீட்டுக்கு வராம காட்டுலயும் மேட்டுலயும் அலைஞ்சு திரிஞ்சாரு. நிலைமை சரியானதுக்கு அப்புறம்தான் திரும்பி வந்தாரு.'

தந்தை சொன்னதைக் கேட்கக் கேட்க மிக அதிர்ச்சியாக இருந்தது கிங்குக்கு. அந்தக் கணத்திலிருந்து ஒவ்வொரு வெள்ளையனை யும் வெறுப்பது என முடிவு செய்து கொண்டார் கிங்.

'வெள்ளையர்களை வெறுக்கக் கூடாது என்று என் பெற்றோர் எப்பொழுதும் சொல்லிக்கொண்டே இருப்பார்கள். ஒரு கிறிஸ்த வன் என்ற முறையில் அவர்களை நேசிப்பது எனது கடமையாம். என்னை வெறுக்கிற மனிதர்களையும் என்னுடைய தோழனை என்னிடம் இருந்து பிரிப்பதற்குக் காரணமாக இருந்தவர்களை யும் எப்படி என்னால் வெறுக்காமல் இருக்க முடியும்? இந்த மிகப் பெரிய கேள்வி பல வருடங்களுக்கு என்னைத் துளைத்தெடுத்துக் கொண்டிருந்தது' என்று சொல்லியிருக்கிறார் கிங்.

இந்த எண்ணம் வலுப்பெறுவதற்குத் தோதாக இன்னொரு சம்பவமும் கிங்கின் வாழ்வில் நடந்தது.

★

கிங் அப்பொழுது சிறுவனாக இருந்தார். அவரும் அவருடைய அப்பாவும் பக்கத்து டவுனிலிருந்த ஒரு ஷூ கடைக்குப் போனார்கள். அவர்கள் இருவரும் கடையின் முன்பு காலியாக

இருந்த ஒரு பெஞ்சில் உட்கார்ந்தார்கள். ஒரு வெள்ளைக்காரச் சிப்பந்தி கடையிலிருந்து வெளியே வந்தான்.

‘இந்த சீட்டுலயிருந்து நீங்க கொஞ்சம் எந்திரிச்சீங்கன்னா நான் ரொம்ப சந்தோஷப்படுவேன்.’

‘ஏன்? இந்த சீட்டுக்கு என்ன? நாங்க இங்க சௌகரியமாத்தான் உக்காந்திருக்கோம்’ என்றார் கிங்கின் தந்தை.

‘மன்னிக்கணும். தயவு செஞ்சு இங்க உக்காராதீங்க. எந்திரிச்சுப் பின்னால போங்க. இது உங்களுக்கான இடம் இல்லை.’

‘இங்க எங்களை உக்கார விட்டாத்தான் நாங்க ஷூ வாங்குவோம். இல்லைன்னா நாங்க ஷூவே வாங்க மாட்டோம்.’

உடனே அந்தக் கடைக்காரன் கிங்கின் கையைப் பிடித்துத் ‘தர தர’ வென இழுத்துப் போய் கடைக்கு வெளியே விட்டான். கிங்கின் தந்தை, முகம்வெளிறிப் போனார். தன்னுடைய தந்தை நடுங்கியதை முதன்முறையாகப் பார்த்தார் கிங். அவர்கள் அமர்ந்திருந்தது வெள்ளையர்களுக்கான இருக்கை என்பது பிற்பாடு தெரியவந்தது. தெருவில் நடந்துபோனபோது அவருடைய தந்தை முணுமுணுத்தபடி வந்தார். ‘இந்தக் கேடுகெட்ட அடிமை முறையோட இன்னும் எவ்வளவு காலம் வாழ வேண்டியிருந்தாலும் அதைப் பத்தி நான் கவலைப்படலை. ஆனா இந்த அடிமை முறையை என்னால எப்பவும் ஏத்துக்க முடியாது.’

★

அந்தக் காலகட்டத்தில் அட்லாண்டாவில் இனப்பாகுபாடு காரணமாக, கறுப்பின மக்களுக்கெதிரான கட்டுப்பாடுகள் மிகக் கடுமையாக இருந்தன. அந்தக் கட்டுப்பாடுகள் கிங்கையும் விட்டுவைக்கவில்லை. கறுப்பின மக்களுக்கான YMCA இருந்தாலும் கூட, மிக நீண்ட காலத்துக்கு கிங்கால் நீச்சல் அடிக்கக்கூட அங்கே போக முடியவில்லை. அட்லாண்டாவில் இருந்த ஒரு கறுப்பினக் குழந்தை எந்தப் பொதுப் பூங்காவுக்கும் போக முடியாது. வெள்ளையின சிறுவர்களுக்கான பள்ளிகளின் வாசல் படியைக்கூட கிங்கால் மிதிக்க முடியவில்லை. பக்கத்து டவுனுக்குப் போய் ஒரு ஹாம்பர்க்கர் வாங்கவோ அல்லது ஒரு கப் காபி வாங்கவோகூட கிங்கால் முடியவில்லை. எந்த சினிமா தியேட்டருக்கும் போக முடியவில்லை. நீக்ரோக்களுக்காக ஒன்றிரண்டு சினிமா

தியேட்டர்கள் இருந்தாலும் அங்கெல்லாம் நல்ல திரைப் படங்கள் வெளியாகாது. அப்படியே நல்ல திரைப்படம் வந்தாலும் இரண்டு மூன்று வருடங்கள் கழித்துத்தான் அந்தத் தியேட்டர்களுக்கு வரும்.

கிங்குக்கு எட்டு வயதில் நடந்த ஒரு சம்பவம், அவருடைய வாழ் நாள் முழுக்க நெஞ்சில் நெருஞ்சி முள்ளாகக் குத்திக் கொண் டிருந்தது.

அப்பொழுது அவர் அட்லாண்டா டவுனில் ஒரு கடையில் நின்று கொண்டிருந்தார். திடீரென்று அவரை யாரோ பளாரென்று அறைந்தார்கள். வெலவெலத்துப் போனார் கிங். யாரோ சொன் னது அவருடைய காதில் விழுந்தது: 'நீ ஒரு நீக்ரோ. என் காலையா மிதிக்கிறே?' திரும்பிப் பார்த்தால் ஒரு வெள்ளைக்காரி முகம் நிறையக் கோபத்துடன் நின்று கொண்டிருந்தாள். கிங்கின் அம்மா அப்பொழுது அவர் அருகில் இல்லை. கடைசியாக கிங் அதைப் பற்றி அம்மாவிடம் சொன்னபோது, கிங்கை அடித்த வெள்ளைக் காரப் பெண்மணி போய்விட்டிருந்தாள். கிங்கின் அம்மா உடனே கிங்கை அழைத்துக்கொண்டு அந்தக் கடையிலிருந்து வெளி யேறினார்.

கிங் அட்லாண்டாவில் இருந்தபோது, அவர் படித்த புக்கர் டி. வாஷிங்டன் ஸ்கூலுக்கு பஸ்ஸில்தான் போக வேண்டி யிருந்தது. கறுப்பின மக்கள் எப்பொழுதும் பஸ்ஸின் பின்புறத் தில்தான் உட்காரவேண்டும் என்பது வழக்கம். வெள்ளையின மக்கள் முன் பக்கத்தில் உட்காருவார்கள். வெள்ளைக்காரர்கள் பஸ்ஸில் ஏறவில்லை என்றாலும், அவர்களுக்கான முன் பக்க இருக்கைகள் அவர்களுக்கு மட்டுமே சொந்தம். அதனால், நெரிசல் மிக்க நேரங்களில் இருக்கைகள் காலியாக இருந்தாலும், கறுப்பின மக்கள் அந்த இருக்கைகளில் உட்காரக் கூடாது. பக்கத்தில் நின்றுகொண்டே பயணம் செய்வார்கள். கிங்கும் பள்ளிக்குப் போகும்போது, பஸ்ஸின் பின் பக்கத்தில் அமர்ந்தோ, நின்றபடியோ பயணம் செய்வார். அப்போதெல்லாம் அவ ருடைய உடல் மட்டும்தான் பஸ்ஸின் பின்புறம் இருக்கும். மனம் முழுவதும் முன்புறத்தையே வட்டமிட்டபடி இருக்கும். கிங் மனத்துக்குள் சொல்லிக் கொள்வார்: 'ஒரு நாள் இல்லன்னா ஒரு நாள், என்னோட மனசு எங்க இருக்கோ, அங்க என் உடம்பும் இருக்கும்.'

ஒரு முறை கிங் அவருடைய பிரியமான ஆசிரியை பிராட்லி யுடன் (Bradley) டப்ளினிலிருந்து அட்லாண்டாவுக்கு பஸ்ஸில் திரும்பிக் கொண்டிருந்தார். ‘நீக்ரோவும் அரசாங்கமும்’ என்ற தலைப்பில் ஒரு பேச்சுப் போட்டியில் கிங் பங்கேற்று வெற்றியும் பெற்றுத் திரும்பிய பயணம் அது. அப்பொழுது கிங்குக்கு வயது பதிநான்கு.

வழியில் சில வெள்ளையின மக்கள் பஸ்ஸில் ஏறினார்கள். பஸ்ஸில் இருக்கைகள் எதுவும் காலியாக இல்லை. வெள்ளைய ரான டிரைவர், பிராட்லியையும் கிங்கையும் எழுந்து அந்த வெள்ளையர்களுக்கு இடம் தரச் சொன்னார். சொன்னார் என்று சொல்வதைவிடக் கட்டளையிட்டார் என்று சொல்வதுதான் சரி. இருவரும் உடனே எழுந்திருக்கவில்லை. உடனே பஸ் டிரைவர் இருவரையும் கண்டபடி திட்ட ஆரம்பித்துவிட்டார். கிங்குக்கு கோபம் கோபமாக வந்தது. ஆனால் ஆசிரியை பிராட்லி அவரை எழுந்திரிக்கச் சொல்லி அவசரப்படுத்தினார். ‘சட்டத்துக்குக் கீழ்ப் படிய வேண்டியது அவசியம்’ என்று சொன்னார். அவர்கள் இருவரும் மீதமிருந்த தொண்ணூறு மைல் தூரத்தை, நின்றபடியே பயணம் செய்தனர்.

‘என் நினைவை விட்டு ஒருபோதும் நீங்காத இரவு அது. என் னுடைய வாழ்க்கையிலேயே அன்றுதான் நான் மிகக் கோபத் துடன் இருந்தேன்’ என்று அந்த இரவைப் பற்றிச் சொல்கிறார் கிங்.

இதே போன்ற ஒரு பஸ் பயணம் தன்வாழ்க்கையைப் புரட்டிப் போடப்போகிறது என்பது அன்றைக்கு மார்ட்டின் லூதர் கிங்குக்குத் தெரியவில்லை.

பள்ளிக்கூடத்திலும் பாகுபாடு

3

மார்ட்டின் லூதர் கிங் என்கிற மனிதர் ஒரு வரலாற்று நாயகனாகப் பின்னாளில் மலர்ந்ததற்கு, இளம் வயதில் அவருக்கு ஏற்பட்ட வலி மிகுந்த அனுபவங்கள்தான் காரணம்.

அவர் தண்ணீர் குடிக்கிற தண்ணீர்க் குழாயில் அவருடைய வெள்ளையின நண்பர்கள் தண்ணீர் குடிக்காததை அவர் கவனித்தார். முதலில் அதற்கான காரணம் அவருக்குப் புரியவில்லை என்றாலும் உள்ளே எதுவோ உறுத்தியது. காரணம், இனவெறி என்று புரிந்தபோது நொறுங்கிப் போனார்.

அதேபோல, போலீஸ்காரர்கள் கறுப்பின மக்களிடம் அடாவடியாக நடந்து கொள்வதையும், நீதிமன்றங்கள் கறுப்பின மக்களுக்குப் பாரபட்சமாகத் தீர்ப்பு வழங்குவதையும் கண்டார் கிங்.

வெள்ளையின மக்களுக்கு ஆதரவாகத் தீவிரவாத அமைப்பு ஒன்று அந்தக் காலத்தில் இயங்கி வந்தது. அதன் பெயர் கூ க்ளக்ஸ் கிளான் (Ku Klux Klan).

கறுப்பின மக்களுக்கு எதிராக அது தன் கைகளில் ஏந்திய ஆயுதம் பயங்கரவாதம். முகத்தை மறைத்து, ஒரு முழு நீள வெள்ளை அங்கியை அணிந்துவரும் இந்தக் கும்பலைச் சேர்ந்தவர்கள், கறுப்பின மக்களை இரவு நேரங்களில் கொடூரமாகத் தாக்கு வார்கள். கறுப்பின மக்களை சவுக்கால் அடிப்பது, கத்தியால் குத்துவது, கையில் கிடைக்கிற ஆயுதங்களைக் கொண்டு தாக்கு வது என, கூ க்ளக்ஸ் கிளான் அமைப்பைச் சேர்ந்தவர்கள் கறுப்பின மக்களின் மேல் நடத்திய தாக்குதல்களை அடிக்கடி பார்த்திருக்கிறார் கிங்.

கிங்கின் மனத்தில் ஆறாத வடுவை ஏற்படுத்திய இந்தச் சம்பவங் கள்தான் பின்னாளில் கறுப்பின மக்களுக்கு ஆதரவாக அவர் போராட்டத்தில் தீவிரமாக இறங்க உந்துதலாக இருந்தது.

● **கூ க்ளக்ஸ் கிளான்**

1866-ம் ஆண்டு அமெரிக்க உள் நாட்டு யுத்தம் முடிந்ததும் வெள்ளையின வெறியர்களால் ஆரம்பிக்கப்பட்டதுதான் இந்த கூ க்ளக்ஸ் கிளான். சம உரிமை கோரும் கறுப்பின மக்களின் மேல் தாக்குதல் நடத்துவதுதான் இந்த அமைப்பின் நோக்கம்.

1871-ம் ஆண்டு கூ க்ளக்ஸ் கிளான் அமைப்பின் நடவடிக்கைகளை ஆராய்ந்த அமெரிக்க நாடாளுமன்ற உறுப்பினர்கள் குழு ஒன்று, இந்த அமைப்பு தீவிரவாத நடவடிக்கைகளில் ஈடுபடுவதை உறுதி செய்தது. அதன் அடிப்படையில் ஆயிரக்கணக்கான கூ க்ளக்ஸ் கிளான் உறுப்பினர்கள் கைது செய்யப்பட்டார்கள். இது 'முதல் கூ கிளக்ஸ் கிளான்' என்று அழைக்கப்பட்டது.

'இரண்டாவது கூ கிளக்ஸ் கிளான்' 1915-ம் ஆண்டு வில்லியம் ஜே.சைமன்ஸ் (William J. Simmons) என்பவரால் நிறுவப்பட்டது. இது வெள்ளையின மக்களுக்கான ஆதிக்கச் சிந்தனையோடு, கத்தோலிக்க மதத்துக்கு எதிரான சிந்தனையையும் சேர்த்துக் கொண்டது. மறுபடி இந்த அமைப்பு, தீவிரமாகச் செயல்படத் தொடங்கியது. 1920-ம் ஆண்டில் மட்டும் 40 லட்சம் முதல் 50 லட்சம் அமெரிக்கர்கள் இதன் உறுப்பினர்களாக இருந்தார்கள் எனக் கணக்கிடப்பட்டது. உண்மையில் இந்தப் புள்ளி விவரம் தவறு என்றும் சொல்லப்படுகிறது. எது எப்படியிருந்தாலும் 1930-ம் ஆண்டு இந்த உறுப்பினர்களின் எண்ணிக்கை வெறும் 30 ஆயிரமாகக் குறைந்துபோனது.

இரண்டாம் உலகப் போருக்குப் பிறகு ஜார்ஜியாவைச் சேர்ந்த டாக்டர் சாமுவேல் கிரீன் (Dr. Samuel Green) என்பவர் மறுபடியும் கூ க்ளக்ஸ் கிளான் அமைப்பைத் தொடங்க முயற்சி எடுத்தார். ஆனால், மாநிலத்துக்கு மாநிலம் இந்த அமைப்பு சிதறியும் பிரிந்தும் கிடந்ததால், அந்த முயற்சி தோற்றுப் போனது. இப்பொழுதும் இந்த அமைப்பு இருக்கிறது. தற்போது இந்த கிளான் அமைப்பிலிருக்கும் உறுப்பினர்களின் எண்ணிக்கை சில ஆயிரங்கள் மட்டுமே.

•

கிங்கின் குடும்பம் அழகான அமைதியான குடும்பம். கிங்கின் தாய் அல்பெர்ட்டா வில்லியம்ஸ் கிங் ஒரு பள்ளி ஆசிரியை. கிங்தான் அந்தக் குடும்பத்தின் மூத்த குழந்தை. அவருக்கு ஆல்ஃபிரெட் டேனியல் வில்லியம்ஸ் என்ற தம்பியும் வில்லீ கிறிஸ்டினா (Willie Christine) என்ற அக்காவும் உண்டு. அவருடைய தந்தை பாதிரியா ராகப் பணியாற்றிய சர்ச், அவர்களுடைய வீட்டுக்கு அருகிலேயே இருந்தது.

வீட்டில் இருந்த நேரத்தைத் தவிர, பெரும்பாலான நேரத்தை எபினேசர் சர்ச்சிலேயே கழித்தார்கள் கிங் வீட்டுக் குழந்தைகள். பல நண்பர்கள் அங்கேதான் கிங்குக்குக் கிடைத்தார்கள். வேதாக மத்தைச் சொல்லித்தரும் 'ஞாயிற்றுக் கிழமைப் பள்ளி' வாரம் தோறும் சர்ச்சில் நடந்தது. ஞாயிற்றுக் கிழமைப் பள்ளி... பலவித மான மனிதர்களைப்பற்றித் தெரிந்துகொள்ளவும், அவர்களோடு நட்பு கொள்ளவும் கிங்குக்கு உதவியது.

மார்ட்டின் லூதர் கிங்கின் பாட்டி ஜென்னி செலெஸ்டி வில்லியம்ஸ் (Jennie Celeste Williams) ஓர் அருமையான மனுஷி. குழந்தைகள் எல்லாம் அவரைச் சுற்றிச் சுற்றி வருவார்கள். காரணம், அவர் சொல்லும் அருமையான கதைகள். எபினேசர் பாப்டிசத் திருச்சபை யோடு தொடர்புடைய பல அமைப்புகளில், பல பொறுப்புகளில் இருந்தார் பாட்டி. பேரக் குழந்தைகள் எல்லாம் அவரை 'அம்மா!' என்றுதான் கூப்பிடுவார்கள். பாட்டிக்கு மற்ற பேரக் குழந்தை களைவிட, கிங் ஜூனியரைத்தான் ரொம்பப் பிடிக்கும். 'என் பேரன் அழறதை என்னால தாங்கிக்க முடியாது' என்று சொல்லுவார் செலெஸ்ட்டி வில்லியம்ஸ். 'எங்க எல்லாருக்கும் ரொம்பப் பிரியமானவங்களா அவங்க இருந்தாங்க. என்கிட்ட ரொம்ப ரொம்ப ரொம்பப் பிரியமானவங்களா அவங்க இருந்தாங்க. நான்தான் அவங்களோட செல்லப் பேரக்குழந்தைன்னு சிலசமயம்

நான் நெனச்சுக்குவேன். அவங்க இறந்தபோது நான்தான் அதிகம் பாதிக்கப்பட்டேன். ஏன்னா, அவங்க என் மேல உயிரையே வச்சிருந்தாங்க' என்று பாட்டியைப் பற்றிய தன் நினைவுகளைப் பகிர்ந்து கொண்டிருக்கிறார் கிங்.

எல்லோரிடமும் மரியாதையாகப் பழக வேண்டும். யாரையும் எடுத்தெறிந்து பேசக் கூடாது. கிங்கின் பெற்றோர் தம் குழந்தை களுக்குத் திரும்பத் திரும்பச் சொல்லும் அறிவுரை இது. அது கிங்கின் மனத்தில் ஆழமாகப் பதிந்து போனது. கிங்கின் தந்தை மார்ட்டின் லூதர் கிங் சீனியர், இனப்பாகுபாடு ஒழிவதற்குத் தன்னால் இயன்றவரை கடுமையாகப் போராடினார். ஆப்பிரிக் கர்களும் அமெரிக்கர்களும் தங்களுடைய குறைகளை வாக்களிப் பின்போது பதிவு செய்ய வேண்டும் என எண்ணினார்.

★

கிங்கும் அவருடைய தம்பியும் அக்காவும் ஒரு நடுத்தர வர்க்கக் குடும்பத்தில் பிறந்தவர்கள். எனவே, அவர்களுக்கு ஒரு சராசரி கறுப்பினக் குழந்தைக்குக் கிடைக்கக் கூடியதைவிடக் கூடுதலான கல்வி பெறும் வாய்ப்பு கிடைத்தது. ஆனாலும், சிறு வயது முதலே பலவிதமான வேலைகளை ஆர்வத்தோடு செய்து, கொஞ்சம் பணமும் சம்பாதித்தார் கிங். 'அட்லாண்டா ஜர்னல்' என்ற தினசரிப் பத்திரிகையைத் தினமும் வீடு வீடாகக் கொண்டு போய் போடுவார் கிங். அப்பொழுது அவருக்கு வயது எட்டு. பதின்மூன்றாவது வயதில் அவர் இந்த மாதிரி பேப்பர் போடும் பையன்களுக்கு மேனேஜர்.

கிங்குக்கு ஆரம்பக் கல்வியை போதித்தது அட்லாண்டா யூனிவர்சிடி லேபரட்டரி ஸ்கூல். உயர் கல்வியைப் போதித்தது புக்கர் டி. வாஷிங்டன் ஹை ஸ்கூல். கல்லூரிக்குப் போவதற்கு முன்புகூட, கிங் வேலை பார்த்துக் கொண்டிருந்தார். ஒரு கோடை விடுமுறையில் சிம்ஸ்பரி என்ற ஊரில் இருந்த கனெக்டிக்கட் (Connecticut) என்ற ஊருக்குப் போனார். அங்கிருந்த புகையிலைத் தோட்டத்தில் அந்தக் கோடை விடுமுறை முழுக்க வேலை பார்த்தார், பள்ளிக் கட்டணத்தைக் கட்டுவதற்காக.

★

அட்லாண்டாவில் இருந்த மோர்ஹவுஸ் காலேஜ் கறுப்பின மாணவர்கள் மட்டுமே படிக்கிற கல்லூரி. மோர்ஹவுஸ்

காலேஜில்தான் அவருடைய தந்தையும் தாத்தாவும் படித்திருந் தார்கள். ஒரு சின்ன சுற்றுச் சுவருக்குள் இருந்த அந்தக் கல்லூரிக் கட்டடம், பெரிய மாற்றங்கள் எதுவும் இல்லாமல் கிங்கின் தாத்தா படித்த காலத்தில் எப்படி இருந்ததோ அப்படியேதான் இருந்தது.

கிங் உயர்நிலைப் பள்ளியில் படித்தபோது, மிக நன்றாகப் படித்தார். அதனால் பன்னிரண்டாவது கிரேடு படிக்காமலேயே நேரடியாகக் கல்லூரியில் சேர அனுமதிக்கப்பட்டார். அதனால் மோர்ஹவுஸ் கல்லூரியில் மிகக் குறைந்த வயதுடைய மாணவ ராக அவர் இருந்தார்.

பள்ளிக்கும் கல்லூரிக்கும் இருந்த வேறுபாட்டைப் பார்த்து மலைத்துப் போனார் கிங். கல்லூரியில் சுதந்தரமான சூழல் நிலவி யது. இனப் பாகுபாடு குறித்து யாருடன் வேண்டுமானாலும் மனம் திறந்த விவாதத்தில் ஈடுபட முடிந்தது. அங்கிருந்த புரொப ஸர்கள் பரந்த மனம் படைத்தவர்களாக இருந்தார்கள். அவர்கள் இனப்பிரச்னைக்குத் தீர்வு தேடுவதற்கு மாணவர்களை ஊக்கப் படுத்துபவர்களாக இருந்தார்கள். எல்லாவற்றுக்கும்மேல் அங்கிருந்த எல்லோரும் எதைக் குறித்தும் பயப்படாதவர்களாக இருந்தார்கள்.

இங்கிலாந்து எழுத்தாளர் ஹென்றி டேவிட் தொரோ (Henry David Thoreau) எழுதிய 'ஒத்துழையாமை' என்னும் கட்டுரையைப் படித்தார் கிங். அதைப் படிக்கப் படிக்க கிங்குக்கு ஆச்சரியமாக இருந்தது. ஆயுதம் ஏந்தாமல் அஹிம்சாவழியில் ஒரு போராட் டத்தை நடத்த முடியும் என்பது அவருக்கு நம்பமுடியாத விஷயமாக இருந்தது.

கிங்கைப் பொறுத்தவரை மோர்ஹவுஸ் கல்லூரி ஒரு மாயக் கண் ணாடி. கிங் இதுவரை பார்த்தறியாத ஒரு புத்தம் புது உலகத்துக்கு, அவரைக் கையைப் பிடித்து அழைத்துக் கொண்டு போனது அந்த மாயக் கண்ணாடி.

கல்லூரியில் இனப்பாகுபாட்டை நீக்கி நீதி கிடைக்க முயற்சித்துக் கொண்டிருக்கும் எத்தனையோ அமைப்புகள் இருந்தன. அவற் றோடு மார்ட்டின் லூதர் கிங் தன்னை இணைத்துக் கொண்டார். அனைத்துக் கல்லூரிகளுக்கும் ஓர் ஆலோசனை சபை (Intercollegiate Council) இருந்தது. அந்தச் சபைதான் வெள்ளையர்கள் மீது

தீவிரமான வெறுப்பைக் கொண்டிருந்த கிங்கைச் சாந்தப் படுத்தியது. வெள்ளையர்களிலும் நல்லவர்கள் இருந்தார்கள். குறிப்பாக இளைய தலைமுறையினர் இருந்தார்கள். இவை எல்லாவற்றையும்விட, சமூக அவலங்களிலும் அரசியலிலும் கிங்குக்கு ஈடுபாடு அதிகரிக்கக் காரணமாக இருந்தது மோர் ஹவுஸ் கல்லூரிதான்.

கல்லூரி வாழ்க்கையில் முதல் இரண்டு ஆண்டுகளில் பல சந்தேகங்கள் கிங்கின் மனத்தில் கிளை விரித்தன. அதற்குப் பிறகு, மத அடிப்படைவாதம் என்கிற தடை, கொஞ்சம் கொஞ்சமாக அவரிடமிருந்து நீங்கத் தொடங்கியது. கல்லூரியிலும் ஞாயிற்றுக் கிழமை பள்ளியிலும் அவர் கற்றுக் கொண்டவை வெவ்வேறாக இருந்தன. ஒன்று யதார்த்தம். மற்றொன்று மதம். மதத்தில் விஞ்ஞானபூர்வமான விஷயங்கள் எதையும் கிங்கால் பார்க்க முடிய வில்லை. ஆனாலும் திருச்சபை ஊழியத்தை மனமுவந்து செய்து வந்தார்.

சர்ச்சில் பிரார்த்தனையின்போது, நீக்ரோ இன மக்கள் மிகவும் உணர்ச்சிவசப்படுவார்கள். பயங்கரமாகக் கத்தியபடி, கையை யும் காலையும் ஆட்டி குதிப்பார்கள். இந்தப் பிரார்த்தனையின் தீவிரத்தை கிங்கால் புரிந்துகொள்ள முடியவில்லை. அவருக்கு அது வேதனையைத் தந்தது. 'மதத்தைச் சரியாக உள்வாங்கிக் கொண்டு, நம் பாதங்களாலும் கால்களாலும் உறுதியாக நின்றோ மானால் இந்த உலகையே மாற்றிவிடலாம்' என்று அடிக்கடி சொல்வார் கிங். அதேபோல, நிறைய நீக்ரோ பாதிரிமார்களுக்கு வார்த்தைகளைச் சரியாக உச்சரிக்கக்கூடத் தெரியவில்லை. அவர்கள் எந்த இறையியல் கல்வியையும் கற்று வரவில்லை என்பதும் அவருக்கு மிகுந்த வேதனையைத் தந்தது. அவர் மதத்தைத் தெரிந்து கொள்வதற்காகத்தான் சர்ச்சுக்கு வந்தார். என்றாலும், நவீன சிந்தனைக்கு இப்படிப்பட்ட பிரார்த்தனைகள் ஒத்துவருமா என்று கவலைப்பட்டார். மதம் என்பது அறிவுபூர்வ மாக மதிக்கப்பட வேண்டும். அதேபோல் உணர்வுபூர்வமாகத் திருப்திப் படுத்தவும் வேண்டும் என்று அவர் நினைத்தார்.

மோர்ஹவுஸ் காலேஜில் கிங்கை மிகவும் கவர்ந்தவர்கள் இரண்டு பேர். ஒருவர் காலேஜின் தலைவரான டாக்டர் மேய்ஸ் (Dr. Mays). இன்னொருவர் தத்துவவியல் மற்றும் மதவியல் பேராசிரியரான டாக்டர் ஜார்ஜ் கெல்சே (Dr. George Kelsey). ஜார்ஜ் கெல்சேதான், கிங்குக்கு நிறைய விஷயங்களைப் பற்றி யோசிக்கக் கற்றுக்

கொடுத்தவர். இருவருமே போதகர்கள். ஆழ்ந்த மத நம்பிக்கையுடையவர்கள். இருந்தாலும் இருவரும் மனிதர்களைப் படித்தார்கள், நவீன சிந்தனையையும், நவீனப் போக்குகளையும் தெரிந்து வைத்திருந்தார்கள். கிங் ஒரு போதக ராக மாறிவிட்டாலும், எப்படி வாழ வேண்டும் என்பதை அவர் களிடமிருந்துதான் கற்றுக் கொண்டார்.

கிங்குக்கு மனித நேயத்தையும் சமூக அக்கறையையும் கற்றுக் கொடுத்தவர்கள் அவருடைய அம்மாவும் அப்பாவும்தான். ஆனால், ஒரே ஒரு கருத்தில் மட்டும் அவர்களோடு ஒத்துப் போகத் தயங்கினார். அது திருச்சபையில் போதகராகச் சேருவது. ஒரு வழக்கறிஞராகவோ அல்லது ஒரு மருத்துவராகவோ ஆக விரும்பினார் கிங். கிங்கின் மிக நெருங்கிய நண்பர்களில் ஒருவரான வால்ட்டர் மெக் கால் (Walter Mc Call), 'கிங்! நீ திருச் சபையில சேர்றதுதான் நல்லதுன்னு எனக்குத் தோணுது' என்று அழுத்திச் சொன்னதும் அவருடைய மனம் கொஞ்சம் கொஞ்சமாக மாறத் தொடங்கியது. கிங் அவருடைய தந்தையுடன் உதவிப் பாதிரியாராக ஆறு மாதங்கள் பணி புரிந்தார்.

★

அடிமை முறை ஒழிக்கப்பட்டு, கறுப்பின மக்களுக்குச் சம உரிமை என்று அறிவிக்கப்பட்டுவிட்டாலும் அமெரிக்காவில் நடைமுறை வேறாக இருந்தது. 'கறுப்பின மக்கள் நம் அடிமை கள்' என்ற எண்ணம் வெள்ளையர்களின் ரத்தத்திலேயே ஊறி யிருந்தது. அவர்களால் நீக்ரோக்களைச் சமமாகப் பாவிக்க முடிய வில்லை. உச்சகட்ட அதிகார மையத்திலிருந்து அடிமட்ட எலிமெண்ட்டரி ஸ்கூல் வரை அது பரவியிருந்தது.

அந்தச் சிறுமியின் பெயர் லிண்டா பிரவுன் (Linda Brown). தினமும் அதிகாலையிலேயே எழுந்து விடுவாள். எல்லாக் குழந்தைகளும் எட்டு மணிக்கு பள்ளிக்குக் கிளம்பினால் போதும் என்றால், லிண்டா ஏழு மணிக்கே கிளம்பியாக வேண்டும். ஏனென்றால், ஒரு கிலோ மீட்டர் தூரம் நடந்து, ரயில்வே கேட்டைத் தாண்டிப் போனால்தான், ஸ்கூல் பஸ்ஸை அவளால் பிடிக்க முடியும். லிண்டாவுக்கு ஏழு வயது. மூன்றாவது கிரேடு படித்து வந்தாள். இத்தனைக்கும் அவள் வீட்டிலிருந்து ஏழெட்டுக் கட்டடங்கள் தாண்டி ஓர் ஆரம்பப் பள்ளி இருந்தது. அது வெள்ளையினக் குழந்தைகளுக்கான ஆரம்பப் பள்ளி. அதில் சேர்ந்து படிக்க

அவளுக்கு அனுமதி கிடையாது. ஏனென்றால் லிண்டா ஒரு நீக்ரோ குழந்தை.

லிண்டா வசித்து வந்தது, கான்சாஸிலிருந்த டொபெக்கா (Topeka) என்ற ஊரில். 1950-ம் ஆண்டு. கோடை காலம். லிண்டாவின் தந்தை ஆலிவர் பிரவுன் இந்தப் பிரச்னைக்கு ஒரு முடிவு காண வேண்டும் என்று விரும்பினார். அவரும் அவரைப்போல குழந்தைகளை வைத்திருக்கும் பதின்மூன்று பெற்றோர்களும் உள்ளூரில் இருந்த வெள்ளையினக் குழந்தைகளுக்கான பள்ளிக் கூடத்துக்குப் போனார்கள். தங்கள் குழந்தைகளையும் பள்ளியில் சேர்த்துக்கொள்ளவேண்டும் என்று கோரிக்கை வைத்தார்கள். பள்ளி நிர்வாகம் மறுத்தது. நீக்ரோ குழந்தைகளைத் தங்கள் பள்ளியில் சேர்த்துக்கொள்ள அந்தப் பள்ளி மட்டுமல்ல, உள்ளூரில் இருந்த வேறு எந்தப் பள்ளியுமே தயாராக இல்லை. 'நீக்ரோ குழந்தைகளுக்காகத்தான் நாலு ஸ்கூல் கட்டி வச்சிருக் கீங்க, அங்க போங்க' என்றார்கள் பள்ளி நிர்வாகத்தினர். ஆனால் அந்தப் பள்ளிகள் இருந்ததோ வெகுதூரத்தில்.

'படிப்பதில் கூட சம உரிமை நீக்ரோ குழந்தைக்கு இல்லையா?' வெகுண்டு போனார் ஆலிவர் பிரவுன். அவரும் அந்தப் பதின் மூன்று குழந்தைகளின் பெற்றோர்களும் கோர்ட்டில் வழக்குத் தொடர்ந்தார்கள். இந்த வழக்கு Brown Vs. Board of education என்று அழைக்கப்பட்டது. வழக்குத் தொடுத்த பெற்றோர்களின் பெயர் களில் ஆலிவர் பிரவுனின் பெயர்தான் முதலில் இருந்தது. எனவே, அந்தப் பெயரிலேயே வழக்கு அழைக்கப்பட்டது. இந்த வழக்கு தொடுக்கப்பட்டபோது, கறுப்பின மக்கள் அமெரிக் காவில் எங்குமே சமமாக நடத்தப்படவில்லை. வெள்ளையினக் குழந்தைகளுக்காக 150 டாலர்கள் செலவழிக்கப்பட்டால், கறுப்பினக் குழந்தைகளுக்காக, 50 டாலர்கள்தான் அரசால் செலவழிக்கப்பட்டன. தங்கள் குழந்தைகள் படிக்கும் பள்ளிகள் நன்றாக இல்லை என்று நீக்ரோ பெற்றோர்கள் கருதினார்கள். அவர்கள் நினைத்ததைப் போலவே கறுப்பினக் குழந்தைகளுக் கான பள்ளிகளில் சமீபத்திய பாடப் புத்தகங்கள், நவீன வசதிகள் எதுவும் இல்லை. ஒவ்வொரு வகுப்பறையும் மிக அதிகமான குழந்தைகளால் நிரம்பி வழிந்தது.

Brown Vs. Board of education வழக்கை, கறுப்பின மக்களுக்காக நடத்திய அமைப்பின் பெயர் 'தேசிய கறுப்பின மக்கள்

முன்னேற்ற சங்கம்' (National Association for the Advancement of Colored People - NAACP). சில வழக்கறிஞர்களை வாடகைக்குப் பிடித்து வழக்கை நடத்தியது இந்த அமைப்பு. அமெரிக்காவில் இருக்கும் எல்லாக் கறுப்பினக் குழந்தைகளும் வெள்ளையினக் குழந்தைகள் படிக்கும் பள்ளிகளில் படிக்கவேண்டும் என்ற கோரிக்கையை வைத்துப் போராடியது.

எல்லா வழக்குகளிலும் நடப்பதைப்போல, இந்த வழக்கிலும் நடந்தது. மாநில உயர் நீதிமன்றம் Plessy Vs. Ferguson என்ற வழக்கை உதாரணமாகக் காட்டி, வழக்கைத் தள்ளுபடி செய்தது. அதாவது கறுப்பினக் குழந்தைகள் வெள்ளையினக் குழந்தைகள் பெறும் அனைத்துச் சலுகைகளையும் பெறலாம். ஆனால், அவர்களோடு படிக்க முடியாது. தனியாகத்தான் படிக்க வேண்டும். இதுதான் உயர் நீதிமன்றத் தீர்ப்பு.

இந்த Plessy Vs. Ferguson வழக்கு, இன்னொரு கேலிக்கூத்து. 1890-ம் ஆண்டு லூசியானா மாநிலத்தில் ஒரு சட்டம் நிறைவேற்றப் பட்டது. அந்தச் சட்டத்தின்படி, லூசியானா மாநிலத்தில் மட்டும் கறுப்பின மக்களும் வெள்ளையின மக்களும் ரயிலில் தனித் தனியாகத்தான் பயணம் செய்ய வேண்டும். கறுப்பர்களுக்கு ஒரு பெட்டி, வெள்ளையர்களுக்கு ஒரு பெட்டி. என்ன பிரச்னையென்றால் கறுப்பர்கள் பெட்டி, வெள்ளையர்களின் பெட்டியைப் போல வசதியாகவோ, நன்றாகவோ, சுத்தமாகவோ இருக்காது. 'ரயிலில் புகை பிடித்தால் 500 ரூபாய் அபராதம் அல்லது சிறைத் தண்டனை' என்பதுபோல, இன்னொரு விதியும் இருந்தது. கறுப்பர்கள் வெள்ளையர்களுக்கான ரயில் பெட்டியில் ஏறினால் 25 டாலர்கள் அபராதம் அல்லது 20 நாள்கள் சிறைத்தண்டனை.

1892-ம் ஆண்டு. கிழக்கு லூசியானாவில் உள்ள ஒரு ரயில் நிலையம். (Homer Plessy) ஹோமர் ப்ளெஸ்ஸி என்ற 30 வயது கறுப்பர், வெள்ளையர்களுக்கான இருக்கையில் உட்கார்ந்து விட்டார். அதோடு காவலர்கள் அவரைக் கறுப்பர்களுக்கான ரயில் பெட்டிக்குப் போகும்படி சொன்னபோது மறுத்துவிட்டார் என்பதற்காகக் கைது செய்யப்பட்டு சிறையில் அடைக்கப் பட்டார்.

கோர்ட்டில் வெகு மூர்க்கமாக வாதாடினார் ப்ளெஸ்ஸி. அமெரிக்கக் குடியரசுச் சட்டத்தின் பதிமூன்று மற்றும் பதிநான் காவது பிரிவுகளை லூசியானா சட்டம் அவமதிக்கிறது என்று

உதாரணம் காட்டினார். அமெரிக்கக் குடியுரிமைச் சட்டத்தின் 13-வது பிரிவு, அடிமை முறை சட்டத்துக்குப் புறம்பானது என்று வலியுறுத்தியது. 14-வது பிரிவு, அமெரிக்காவில் பிறந்த அத்தனை பேரும் அமெரிக்கக் குடிமக்கள் என்றது. மேலும் அந்தப் பிரிவு, அமெரிக்காவில் இருக்கும் எந்த மாநிலமும் குடிமக்களுக்கு சம உரிமையோ, பாதுகாப்போ கிடைப்பதைத் தடுக்கக் கூடாது என்றும் சொன்னது. லூசியானா மாநில சட்டம், இந்தப் பிரிவுகளுக்குப் புறம்பாக நடந்து கொள்கிறது என்று வாதாடினார் ப்ளெஸ்ஸி. லூசியானா மாநிலத்தில் ரயில்களில் கறுப்பர்கள் சமமாக நடத்தப்படவில்லை என்பது அவரது வாதம். ஆனால் அவரது குரல் கோர்ட்டில் எடுபடவில்லை. வழக்கை விசாரித்த நீதிபதி ஜான் ஹோவர்ட் ஃபெர்குஷன், ப்ளெஸ்ஸிதான் குற்றவாளி என்றார். அந்தந்த மாநிலங்களுக் கான சட்டங்களை இயற்றவும், நடைமுறைப்படுத்தவும் மாநிலங்களுக்கு உரிமை உண்டு என்றார்.

ப்ளெஸ்ஸி விடவில்லை. வழக்கை லூசியானா மாநிலத்தின் உச்ச நீதிமன்றத்துக்குக் கொண்டு போனார். அங்கும் அதே கதைதான். அந்த நீதிமன்றமும் உயர் நீதிமன்றம் சொன்ன தீர்ப்பை வழி மொழிந்தது. இறுதியாக ப்ளெஸ்ஸி, அமெரிக்க உச்ச நீதிமன்றத் தில் வழக்குத் தொடுத்தார். 1896-ம் ஆண்டு ஹோமர் ப்ளெஸ்ஸி மறுபடியும் குற்றவாளிதான் என்று உச்ச நீதிமன்றத்தால் உறுதி படுத்தப்பட்டார். 'ப்ளெஸ்ஸி அடிமையாக நடத்தப்படவில்லை, சமமாகத்தான் நடத்தப்பட்டார்; லூசியானா மாநில சட்டத்தின் படி, ரயிலில் தனியாகப் பயணம் செய்ய அறிவுறுத்தப்பட்டார். அதில் தவறேதும் இல்லை' என்று திட்டவட்டமாக அறி வுறுத்தியது.

அமெரிக்க உச்ச நீதிமன்றம் வழங்கிய இந்தத் தீர்ப்பு, பெரிய சலசலப்பை ஏற்படுத்தியது. 'கறுப்பர்களும் வெள்ளையர்களும் சமம்; ஆனால், பிரிந்திருக்க வேண்டும்' என்ற அமெரிக்க அதிகார வர்க்கத்தின் சாதுரியம் புரியத் தொடங்கியது. ஹோட்டல்கள், தியேட்டர்கள், லாட்ஜுகள், பள்ளிக்கூடங்கள் எல்லாவற்றிலும் கறுப்பர்களுக்கு சம உரிமை. ஆனால், சின்னச் சின்ன வித்தியாசங் கள். பேருந்துகளிலும் ரெஸ்டாரண்ட்களிலும் கறுப்பர்கள் பின் பக்கம்தான் அமர வேண்டும். தியேட்டர்களிலும் பின்னால்தான் அமர வேண்டும். லாட்ஜ்களில் வெள்ளையர்களுக்கான அறை கள் மட்டும் மிக சுத்தமாக இருந்தன. ரெஸ்டாரண்ட்களில் வெள்ளையின சர்வர்கள் கடைசியாகத்தான் கறுப்பின வாடிக்கை

யாளர்களைக் கவனிப்பார்கள். ஆறி, ஜில்லிட்டுப்போன உணவைத்தான் பரிமாறுவார்கள். இது அடுத்த நூற்றாண்டிலும் தொடர்ந்தது.

லிண்டா விவகாரத்துக்கு வருவோம். 'கறுப்பினக் குழந்தைகளும் வெள்ளையினக் குழந்தைகளும் சமம்தான். ஆனால் அவர்கள் தனித்தனியாகத்தான் படிக்க வேண்டும்' என்று குறிப்பிட்டது மாநில நீதிமன்றம். கறுப்பினக் குழந்தைகளை அப்படி நடத்து வதில் எந்தத் தவறும் இல்லை என்று நினைத்தது நீதிமன்றம்.

மாநில நீதிமன்றத்தில் நீதி கிடைக்காததால் NACCP, வழக்கை அமெரிக்க உச்ச நீதிமன்றத்தில் 1951-ம் ஆண்டு அக்டோபர் 1-ம் தேதி மேல் முறையீடு செய்தது. அந்தச் சமயத்தில் உச்ச நீதி மன்றத்தில் கறுப்பின மக்கள் பாகுபாடாக நடத்தப்படுவது குறித்த பல வழக்குகள் நிலுவையில் இருந்தன. மூன்று நாள் களில் வாதப் பிரதிவாதங்கள் முடிந்துவிட்டன. ஆனால், உச்ச நீதிமன்ற நீதிபதிகள் இதைப் பற்றிப் பல மாதங்கள் விவாதித் தார்கள். முதல்கட்ட விவாதங்கள் முடிந்து, ஒரு வருடம் கழித்து உச்ச நீதிமன்றம் மறுபடியும் வழக்கை விசாரித்தது.

கிட்டத்தட்ட மூன்று வருடங்கள் கழித்து, 1954-ம் ஆண்டு மே 17-ம் தேதி வழக்கு ஒருவழியாக முடிவுக்கு வந்தது. லிண்டா பிரவுனுக்கும் அவளைப் போன்ற குழந்தைகளுக்கும் சாதகமான தீர்ப்பு. வெவ்வேறு பள்ளிகளில் இரு இனக்குழந்தைகளும் தனித்தனியாகப் படிப்பது சரியல்ல என்று அழுத்தமாகச் சொன்னது உச்ச நீதிமன்றம்.

★

நீதிமன்றம் என்னவோ கட்டளை போட்டுவிட்டது. ஆனால், நடைமுறையில் அந்தக் கட்டளையை நிறைவேற்றுவது அத் தனை சுலபமாக இல்லை.

ஆத்ரினா லூசி (Autherine Lucy) ஒரு நீக்ரோ பெண். லைப்ரரி சயின்ஸில் பட்டம் வாங்கவேண்டும் என்பது அவர் ஆசை. தனது கனவுகளைச் சுமந்துகொண்டு பெர்மிங்காமில் உள்ள அலபாமா பல்கலைக் கழகத்தில் சேருவதற்கு மனுப் போட்டார். இடமும் கிடைத்துவிட்டது. அதுவரை அலபாமாவில் எந்தக் கறுப்பின மாணவனோ மாணவியோ சேர்த்துக் கொள்ளப்பட்டதில்லை.

லூசி, அலபாமா பல்கலைக்கழக வளாகத்துக்குள் நுழைவதையே வெள்ளையர்களால் சகித்துக்கொள்ள முடியவில்லை. கலவரத்தில் ஈடுபட்டார்கள். லூசி வரும் வழியில் வெள்ளையின மாணவர்களும் இளைஞர்களும் வெளியாள்களும் கும்பலாக நின்று வழி மறித்தார்கள். கற்களையும் முட்டைகளையும் அவர் மேல் வீசி எறிந்தார்கள். லூசியை பல்கலைக் கழகத்துக் குள்ளேயே நுழைய முடியாமல் விரட்டியடித்தார்கள். இது நடந்தது 1956-ம் ஆண்டு.

தனியொரு சம்பவம் அல்ல இது. லூசிக்கு நடந்ததுதான் எல்லாக் கறுப்பினப் பெண்களுக்கும் நடந்தது. வெள்ளையர்கள் கறுப்பர்களுக்கு அழுத்தம் திருத்தமாகத் தெரிவித்த செய்தி இதுதான்: ‘தகுதிக்கு மீறி கனவு காணாதே. உனக்கு அனுமதிக் கப்பட்டதை மட்டும் செய்’ அமெரிக்காவின் தென்பகுதி முழுவதும் இதுதான் நிலைமை.

பல பள்ளிகள் கறுப்பினக் குழந்தைகளைச் சேர்த்துக் கொள்ளவே மறுத்தன. தென் அமெரிக்கப் பகுதியான அர்க்கான்சாஸ் (Arkansas) மாநிலத்தில் லிட்டில் ராக் என்ற ஊரில் இருக்கிறது சென்ட்ரல் ஹை ஸ்கூல். இந்தப் பள்ளி கறுப்பினக் குழந்தைகளை சேர்த்துக் கொள்ள முன்வந்தது. ஒன்பது கறுப்பின மாணவர்களைப் பள்ளியில் சேர்த்துக் கொண்டது. வெள்ளையின மாணவர்கள் அவர்களை உள்ளே வரவிடாமல் தடுத்தார்கள்; வன்முறையில் இறங்கினார்கள். இதில் வேதனையான விஷயம் என்னவென் றால், அர்க்கான்சாஸ் கவர்னர் ஆர்வல் ஃபாபஸ் (Orval Fabus) உள்ளூர் வெள்ளையர்களுடன் சேர்ந்து கொண்டார். கறுப்பின மாணவர்கள் உள்ளே நுழைந்துவிடாமல், தேசிய பாதுகாப்புப் படையை அனுப்பித் தடுக்கச் சொன்னார்.

யோசித்துப் பாருங்கள். பள்ளிக்கு சேர்ந்த முதல் நாள். ஆர்வமும் குதூகலமும் பயமும் குறுகுறுப்புமாகப் பள்ளிக்குப் போகிறார் கள் அந்த மாணவர்கள். அவர்களை உள்ளே நுழைய விடாமல் ஆயுதம் ஏந்திய காவலர்கள் ஒருபுறம். வெறி பிடித்த வெள்ளை யர்கள் மற்றொரு புறம்.

1957, செப்டெம்பர் 23, திங்கள்கிழமை. அந்த ஒன்பது மாணவர் களும் பள்ளிக்கூடத்துக்குப் போகிறார்கள். வன்முறை நடக்கும் என்று அவர்கள் எதிர்பார்த்தார்கள். அதனால் முன்பக்க வழி யாகப் போகாமல், பள்ளியின் பின்பக்க வழியாகப் போனார்கள்.

முன்பக்கம் காத்திருந்தது ஒரு வெள்ளையின வெறிக் கும்பல். அதேசமயம் என்ன நடக்கிறது என்பதைப் பார்ப்பதற்காகப் பத்திரிகை நிருபர்கள் குழு ஒன்றும் முன் பக்க வாசலில் நின்றிருந்தது. அந்தப் பத்திரிகைக்காரர்கள் கறுப்பர்கள். மாணவர்கள் வராததால், கும்பலின் ஆத்திரம் பத்திரிகை நிருபர்கள் மீது திரும்பியது. நிருபர்களை விரட்டியடித்தது அந்தக் கும்பல். மாணவர்கள் பின்பக்க வாசல் வழியாக நுழைந்த தகவல் கிடைத்ததும் கும்பல் கிட்டத்தட்ட பைத்தியம் பிடித்த நிலைமைக்கே ஆளானது. நிலைமையின் தீவிரத்தை உணர்ந்த மாணவர்கள், கும்பல் உள்ளே வருவதற்குள் வேறு வழியாக வெளியேறினார்கள். அதனால் காயம் எதுவும் படாமல் தப்பித்தார்கள்.

அமெரிக்க அதிபராக இருந்த ஐசனோவரின் கவனத்துக்கு இந்த விஷயம் சென்றது. அவர் உடனே அந்த மாணவர்களின் பாதுகாப்புக்கு ராணுவத்தை அனுப்பி வைத்தார். ஒன்பது மாணவ மாணவிகளும் ராணுவப் பாதுகாப்போடு பள்ளிக்குப் போனார்கள். ஒரு மாணவனுக்கு ஒரு ராணுவ வீரன் பாதுகாப்பு. பள்ளிக்குப் போகும்போது மட்டுமல்ல. பள்ளியிலும் அந்த ராணுவ வீரர்கள் மாணவர்களுக்குப் பாதுகாப்பாகக் கூடவே இருந்தார்கள். அப்படியும் அந்த மாணவர்கள் வெள்ளையின மாணவர்களிடம் அடியும் உதையும் வாங்கினார்கள். ஒன்பது மாணவர்களில் ஒருவரான மெல்பா பேட்டில்லோ (Melba Patillo) என்ற மாணவியின் கண்களில் ஆசிட்டை ஊற்றினான் ஒரு வெள்ளை நிற வெறியன். இதைவிடக் குரூரமாக ஒருவன் நடந்து கொள்ள முடியாது.

ராணுவம் எத்தனை நாள் மாணவர்களுக்குப் பாதுகாப்புக் கொடுக்கும்? சில வாரங்களுக்குப் பிறகு ராணுவம் திருப்பி அழைத்துக் கொள்ளப்பட்டது. ஒன்பது மாணவர்களும் அவர்களை அவர்களே பாதுகாத்துக் கொள்ள வேண்டிய நிலைமைக்குத் தள்ளப்பட்டார்கள். தினமும் போராட்டம்.

ஒரு நாள் மதிய உணவு இடைவேளை. இரண்டு வெள்ளையின மாணவர்கள் மின்னிஜீன் பிரவுன் (Minnijean Brown) என்பவரிடம் வம்பு செய்தார்கள். தவறுதலாக அந்தப் பெண் மின்னிஜீன் வைத்திருந்த உணவு, அவர்கள் மேல் கொட்டிவிட்டது. அதற்காக மின்னி ஆறு நாள்கள் சஸ்பெண்ட் செய்யப்பட்டார். 'நாங்கள் எந்தத் தவறும் செய்யவில்லை' என்று பத்திரிகைக்குப் பேட்டி கொத்தார்கள் அந்த வெள்ளையின மாணவர்கள். சில

நாள்களுக்குப் பிறகு மறுபடியும் மின்னி சஸ்பெண்ட் செய்யப் பட்டார். அப்பொழுது சொல்லப்பட்ட காரணம் மின்னி, 'குப்பைப் பசங்களா!' என்று சில வெள்ளை மாணவர்களைப் பார்த்து திட்டினாராம். ஆனால் கறுப்பின மாணவர்கள் விஷயத் தில் எந்த வெள்ளையின மாணவனும் சஸ்பெண்ட் செய்யப்பட வில்லை. எப்படியோ அந்த வருடம் படிப்பை முடித்து வெளியே வந்தார்கள் அந்த மாணவர்கள். ஒன்பது பேரில் ஒருவரான எர்னெஸ்ட் கிரீன் பள்ளியிலிருந்து வெளியே வந்து பட்டமும் பெற்றார். சென்ட்ரல் ஹை ஸ்கூலில் படித்து, பட்டம் வாங்கிய முதல் கறுப்பின மாணவர் எர்னெஸ்ட் கிரீன்தான்.

இப்படிக் கறுப்பின மாணவர்கள் சென்ட்ரல் பள்ளியில் படிப்பது தொடர்ந்திருக்கும். ஆனால், கவர்னர் ஃபாபஸ் அதற்கு இடம் கொடுக்கவில்லை. சில தகிடுதத்தங்களைச் செய்தார். அர்க்கான் சாஸ் அரசு ஒரு சட்டம் இயற்றியது. அதன்படி, லிட்டில் ராக்கில் இருந்த அத்தனைப் பள்ளிகளும் மூடப்பட்டன. பள்ளிகள் மூடப்பட்டதால், வெள்ளையர்களின் ஆத்திரம் அந்த ஒன்பது மாணவர்கள் மேலும் திரும்பியது. அவர்களின் பெற்றோர்கள் மிரட்டலுக்கு ஆளானார்கள். ஒரு குடும்பம் ஊரை விட்டே ஓடிப்போனது.

லிட்டில் ராக்கில் இருக்கும் சென்ட்ரல் ஹை ஸ்கூலில் இப்பொழு தும் கறுப்பின மாணவர்கள் படிக்கிறார்கள். அவர்களுடைய எண் ணிக்கை வெள்ளையின மாணவர்களைவிட அதிகம். அறுபது சதவிகிதம். அதற்கு விதை போட்டவர் மார்ட்டின் லூதர் கிங்.

கடவுள் முன்னால் மார்ட்டின் பின்னால்

4

1948-ம் வருடம். மார்ட்டின் லூதர் கிங் பென்சில்வேனியாவில் இருக்கும் செஸ்டர் என்ற ஊருக்குப் போனார். அங்குதான் குரோஸர் இறையியல் (Crozer Seminary) கல்லூரி இருந்தது. கிங் போனது இறையியல் கல்வி கற்பதற்காக. கிங்குக்கு இறையியல் பாடத் தோடு, அந்தக் கல்லூரியில் பலவிதமான புத்த கங்கள் படிக்கக் கிடைத்தன. சமூகத்தைப் பற்றிய புத்தகங்கள், நீதி நூல்கள், மிகப்பெரிய தத்துவவியலாளர்களின் புத்தகங்கள் என்று நிறையக் கிடைத்தன. பிளேட்டோ, அரிஸ் டாட்டில், ரூஸோ, ஹோப்ஸ், மில்...என எல்லா தத்துவவியலாளர்கள் புத்தகங்களையும் படித்தார் கிங்.

1949-ம் ஆண்டு கிறிஸ்துமஸ் விடுமுறை வந்தது. விடுமுறையைக் கழிக்க உடன் இருந்த மாணவர்கள் பலவிதமான திட்டங்களைப் போட்டுக் கொண்டிருக்க, கிங் தன் விடு முறையை எப்படிக் கழிப்பது என்று யோசித் தார். உடனே அவருக்கு நினைவுக்கு வந்தவர்

காரல் மார்க்ஸ். அந்த விடுமுறையில் கம்யூனிஸ்ட் கட்சியின் அறிக்கையையும் காரல் மார்க்ஸின் 'டாஸ் கேப்பிடல்' நூலையும் முழுவதுமாகப் படித்து முடித்தார். கம்யூனிசப் புத்தகங்களைப் படிக்கும்போது, கிங் சில முடிவுகளுக்கு வந்தார். கம்யூனிசத்தில் மிக முக்கியமான அங்கம் வகித்தது பொருள்முதல்வாதம். அங்கே கடவுளுக்கு இடமில்லை. ஒரு கிறிஸ்தவன் என்ற முறையில் அவரால் அதை ஏற்றுக் கொள்ள முடியவில்லை. அதுவுமில்லாமல் தனிமனித சுதந்தரத்துக்கு அங்கே இடமில்லை என்பது அவரது கருத்து. 'அரசாங்கத்துக்காக மனிதன் உருவாக்கப்படவில்லை; மனிதனுக்காகத்தான் அரசாங்கம் உருவாக்கப் பட்டது' என்பதில் கிங் ஆழ்ந்த நம்பிக்கைக் கொண்டிருந்தார். அதேசமயம் இனப்பிரச்னையைத் தீர்ப்பதற்கு ஆயுதம் தாங்கிய போராட்டம்தான் ஒரே வழி என்று அவர் நினைத்தார். கிறிஸ்தவ மதத்தின் 'அன்பு வழி' தனிமனித உறவுகளுக்குத் தடையாக இருக்கும்; சமூகப் போராட்டங்களில் இந்த 'அன்பு வழி' எடுபடாது என்பது அவர் எண்ணம்.

அது ஒரு ஞாயிற்றுக்கிழமை. ஹோவர்ட் பல்கலைக்கழகத்தின் தலைவர் டாக்டர் மொர்தேகாய் ஜான்ஸன் (Dr. Mordecai Johnson) ஓர் ஆன்மிகச் சொற்பொழிவை நடத்துவதற்காக வந்திருந்தார். அவருடைய உரையைக் கேட்பதற்காக, பிலடெல்பியாவுக்குப் பயணமானார் கிங். டாக்டர் ஜான்ஸன் அப்பொழுதுதான் இந்தியாவுக்குப் போய்விட்டுத் திரும்பியிருந்தார். அன்றைக்கு ஜான்ஸன் நிகழ்த்திய உரை முழுக்க மகாத்மா காந்தியைப் பற்றியே இருந்தது. காந்தியின் வாழ்க்கை, அவருடைய சமூக அணுகுமுறை... இன்னபிற... அந்தக் கூட்டத்தைவிட்டு வெளியே வந்ததும் கிங்கின் மனம் முழுக்க நிறைந்து போயிருந்தார் காந்தி.

அதற்கு முன்பு கிங் காந்தியைப் பற்றிக் கேள்விப்பட்டிருந்தாலும், அவரை ஆழமாகப் படித்திருக்கவில்லை. காந்தியின் வாழ்க்கையைப் பற்றியும் அவருடைய போராட்டங்களைப் பற்றியும் தெரிந்துகொள்ள அரை டஜன் புத்தகங்களை உடனே வாங்கினார் கிங். படிக்கப் படிக்க காந்தி அவர் மனத்தில் விஸ்வரூபம் எடுத்தார். கிங் காந்தியின் அஹிம்சை வழிப் போராட்டங்களைப் படித்து பிரமித்துப் போனார். மிக முக்கியமாக காந்தி நடத்திய உப்பு சத்தியாக்கிரகம் மற்றும் எண்ணிலடங்காத உண்ணா விரதங்கள்.

தனிமனித உறவுகளைக் காப்பதில் முன்னணியில் நிற்பது இயேசுவின் போதனைகள் மட்டும்தான் என்பது கிங்கின் ஆழ்ந்த நம்பிக்கை. அதாவது, காந்தியைப் படிப்பதற்குமுன். ஒரு கன்னத்தில் அறைந்தால் மறு கன்னத்தையும் காட்டச் சொன்ன கிறிஸ்துவின் போதனை நன்றாகவே இருந்தது. 'எதிரிகளை நேசியுங்கள்' என்னும் வாசகம் நெஞ்சம் முழுக்க நிறைந்திருந்தது. ஆனால், இவை அத்தனையும் தனிநபர்களோடு விரோதம் பாராட்டும் போது மட்டுமே பயன்படும். வெவ்வேறு இனங்களோ நாடுகளோ மோதிக் கொள்ளும்போது, யதார்த்தமான வேறொரு அணுகுமுறை தேவைப்பட்டது. காந்தியம் கிங்கை கவர்ந்திழுத்தது இந்த விஷயத்தில்தான்.

சிறு வயதிலிருந்து பார்த்த, அனுபவித்த இனப்பிரச்னையின் கொடுமைகள்; அதை எப்படி எதிர்கொண்டு ஒழித்துக் கட்டுவது எனச் சதா சர்வகாலமும் அதைச் சுற்றியே வட்டமிட்ட நினைவுகள்; இதற்கெல்லாம் சரியான தீர்வு, காந்தியின் அணுகுமுறைதான் என்பது குரோஸர் இறையியல் கல்லூரியில் படித்தபோது, கிங்குக்குப் புரிந்தது.

ஒரு புதிய ஒளி கிடைத்ததுபோல் இருந்தது கிங்குக்கு.

★

1951. பாஸ்டன் பல்கலைக்கழக இறையியல் பள்ளி. அங்கு பட்ட மேற்படிப்புப் படிக்க கிங்குக்கு இடம் கிடைத்தது. தங்குவதற்கு அறைதான் இல்லை. எங்கெல்லாம் அறைகள் வாடகைக்குக் கிடைக்கும் என்று கேள்விப்பட்டாரோ அங்கெல்லாம் போனார் கிங். அவர் நீக்ரோ என்பதாலேயே, காலியாக இருந்த அந்த அறைகளைத் தர மறுத்தார்கள். 'வாடகைக்கு விட்டாச்சு', 'காலியில்லை', 'வேற இடம் பாருங்க', 'ஆள் இருக்கு' போன்ற பதில்கள்தான் கிடைத்தன.

பாஸ்டனில் மாணவர்களிடமும் அவ்வப்பொழுது வந்து போன வெளிநபர்களிடமும் ஒரே ஒரு விஷயத்தைப் பற்றித்தான் திரும்பத் திரும்பப் பேசினார் கிங். அஹிம்சை போராட்டம். பாஸ்டனில் தத்துவ, இறையியல் பாடங்களைப் படித்தாலும் அவர் எப்பொழுதும் யோசித்துக் கொண்டிருந்தது அஹிம்சை போராட்டத்தைத்தான். 1955-ம் ஆண்டு ஜூன் 5-ம் தேதி கிங் பாஸ்டனில் டாக்டர் பட்டம் பெற்றார்.

பாஸ்டனில் பெண்களும் படித்தார்கள். ஆனால் எந்தப் பெண்ணையும் திரும்பிக் கூடப் பார்க்கமாட்டார் கிங். ஒரே ஒரு பெண்ணைத் தவிர. அந்தப் பெண்ணையும் ஒருமுறைதான் சந்தித்தார். அவ்வளவுதான். மறுபடி பார்க்க மாட்டோமா என்று ஏங்க ஆரம்பித்துவிட்டார் கிங். சந்தர்ப்பம் கிடைக்கும்போதெல் லாம், திரும்பத் திரும்பப் பார்த்தார். சந்தர்ப்பம் கிடைக்காத போது, ஏற்படுத்திக்கொண்டார்.

பெயர் காரெட்டா ஸ்காட் (Coretta Scott). பாடகி. அவ்வளவுதான் தெரியும். காரெட்டாவின் சிநேகிதிகளில் ஒருவரான மேரி பாவெல் (Mary Powell) என்பவரை கிங்குக்குத் தெரியும். இவர் அட்லாண்டாவைச் சேர்ந்தவர். கிங்கின் பழைய சிநேகிதி.

ஒரு நாள் மேரியைச் சந்தித்தார் கிங். பேச்சு எங்கெங்கோ சுற்றிப் பெண்களில் வந்து நின்றது. 'மென்மையான, அழகான அதே சமயம் நல்ல பொண்ணுங்க யாரையாவது உனக்குத் தெரியுமா?' என்று கேட்டார் கிங்.

அவர் எதிர்பார்த்ததைப்போலவே மேரி சொன்னார்: 'ஏன் இல்லாம? காரெட்டான்னு எனக்கு ஒரு சிநேகிதி இருக்கா. ரொம்ப அருமையான பொண்ணு' என்று சொன்னார் மேரி. அதோடு காரெட்டாவின் தொலைபேசி எண்ணையும் கொடுத்தார்.

அன்றைக்கே கிங் காரெட்டாவுடன் தொலைபேசியில் பேசினார்.

'என் பேரு மார்ட்டின் லூதர் கிங் ஜூனியர். மேரிதான் உங்களைப் பத்தி சொல்லி உங்களோட நம்பரைக் கொடுத்தாங்க. மேரி உங் களைப் பத்தி சொன்னதுல இருந்தே எனக்கு உங்களைப் பாக் கணும், பேசணும்போல இருக்கு.'

என்ன சொல்ல நினைத்தாரோ அதைச் சொல்லிவிட்டார். தயக்கம் இல்லை. பயம் இல்லை. வழவழா கொழகொழா இல்லை.

'நான் உங்களைச் சந்திக்கணும். நாளைக்கு நாம ரெண்டுபேரும் சேர்ந்து 'லஞ்ச்' சாப்பிடலாமா?'

'சரி, நானே வந்து உங்களைக் கூட்டிக்கிட்டுப் போறேன். நான் ஒரு பச்சைக் கலர் செவர்லே கார் வச்சிருக்கேன். வழக்கமா பாஸ்டன்லருந்து கார்ல வர்றதுக்குப் பத்து நிமிஷம் ஆகும். ஆனா

நான் நாளைக்கு ஏழு நிமிஷத்துல வந்துடுவேன்' என்றார் காரெட்டா.

இருவரும் சந்தித்தார்கள். ஒரு சராசரி ஆணும் பெண்ணும் சந்தித்துக் கொண்டால் எதையெல்லாம் பேசுவார்களோ அதை அவர்கள் பேசவில்லை. சமூக அநீதி, கறுப்பின மக்களின் பிரச்னைகள், அமைதிக்கான வழி. மணிக்கணக்காக அவர்கள் இருவரும் பேசிக்கொண்டது இவற்றைப் பற்றித்தான்.

அமெரிக்காவின் தென்பகுதியான அலபாமாவைச் சேர்ந்தவர் காரெட்டா. தன் தாயார் பெர்னைஸ் ஸ்காட்டிடம் (Bernice Scott) இசை கற்றுக் கொண்டார். காரெட்டாவின் அப்பா ஓபி ஸ்காட் (Obie Scott) லாரி வியாபாரம், மளிகைக்கடை, கோழிப் பண்ணை என்று பல தொழில்கள் செய்து வந்தார். எளிமையான அழகான குடும்பம். காரெட்டா ஓஹியோவில் இருந்த ஆன்ட்டியோக் காலேஜில் (Antioach College) படிப்பை முடித்தார். பாஸ்டனில் நியூ இங்கிலாந்து கன்சர்வேட்டரியில் படிக்க ஸ்காலர்ஷிப் கிடைத்த தால் பாஸ்டன் வந்திருந்தார். அங்குதான் மார்ட்டின் லூதர் கிங்கைச் சந்தித்தார்.

இருவரும் ஒரு மணி நேரம் பேசினார்கள். இறுதியில் கிங் சொன் னார்: 'உங்களுக்கு நல்ல மனசும் இருக்கு. ஒரு பொண்ணுகிட்ட என்னல்லாம் இருக்கணும்னு நெனைச்சேனோ அதெல்லாம் உங்ககிட்ட இருக்கு. நாம ரெண்டு பேரும் கல்யாணம் பண்ணிக் கலாம்.'

அதற்குப் பிறகு கிங் நேராகத் தன் தாயிடம் போனார். ஒரே ஒரு வாசகம்தான் சொன்னார். 'அம்மா! காரெட்டா என் மனைவியாகப் போகிறார்.' 1953, ஜூன் 18. கிங்கும் காரெட்டாவும் திருமணம் செய்து கொண்டார்கள்.

★

கிட்டத்தட்ட இருபத்தொரு வருடங்கள். சிறு இடைவெளிகூட இல்லாமல் படித்து முடித்துவிட்டார் கிங். ஆய்வுப் படிப்புக்கான கட்டுரையை மட்டும் அவர் சமர்ப்பிக்க வேண்டியிருந்தது.

பாதிரியாராகப் பணியாற்ற வேண்டும் என்ற ஆசை கிங்குக்கு இருந்தது. அந்தத் துறையில் தன்னால் சிறப்பாகச் சேவை புரிய முடியும் என்று கிங் நம்பினார். அதற்கும் அவருக்கு வாய்ப்பு

வந்தது. இரண்டு சர்ச்சுகளில் பாதிரியாராகப் பணியாற்றச் சொல்லி அவரை அழைத்தார்கள். இரண்டு சர்ச்சுகளுமே கிழக்கு திசையில் இருந்தன. ஒன்று மாஸ்ஸாச்சுசெட்ஸ்-ஸில் (Massachusetts) இருந்தது. இன்னொன்று நியூயார்க்கில். சர்ச்சுகள் கிங்குக்கு ஒரு புறம் வலை வீசிக்கொண்டிருக்க, இன்னொரு புறம் மூன்று கல்லூரிகள் அவரை அழைத்துக் கொண்டிருந்தன. ஒன்றில் ஆசிரியர் வேலை, இரண்டாவதில் துறைத் தலைவர் வேலை, மூன்றாவதில் நிர்வாகம். எந்த வேலைக்குப் போவது என்று குழம்பிக் கொண்டிருந்தார் கிங்.

அந்தச் சமயத்தில்தான், மாண்ட்கோமெரியில் இருக்கும் டெக்ஸ்டர் அவென்யூ பாப்டிசத் திருச்சபையில் (Dexter Avenue Baptist Church) இருந்து அவருக்கு ஒரு கடிதம் வந்தது. 'அட்லாண்டாவில் இருக்கும் உங்கள் தந்தை மூலமாக உங்களைப் பற்றி அறிந்தோம். எங்கள் சர்ச்சில் பாதிரியார் வேலை காலியாக இருக்கிறது. வருகிறீர்களா? அதற்கு முன்னால் ஒரு முறை நீங்கள் எங்களுக்கு சுவிசேஷ பிரசங்கம் செய்து காட்ட வேண்டும்.'

உடனே கிங் ஒரு பதில் கடிதம் எழுதினார். 'கிறிஸ்துமஸ் விடு முறைக்கு நான் அட்லாண்டா வருவேன். ஜனவரி மாதம், ஒரு ஞாயிற்றுக்கிழமையில் உங்கள் சர்ச்சில் பிரசங்கம் செய்ய மிகவும் ஆவலாக இருக்கிறேன்.'

●

1954-ம் ஆண்டு ஜனவரி மாதம். அது ஒரு குளிர்கால பிற்பகல் பொழுது. சொன்னபடியே கிங் அட்லாண்டாவில் இருக்கும் ஜார்ஜியாவிலிருந்து மாண்ட்கோமெரிக்கு காரில் போனார். ஒரு மணி நேரப் பயணத்துக்குப் பின் மாண்ட்கோமெரிக்குப் போய்ச் சேர்ந்தார். மாண்ட்கோமெரி அமெரிக்காவின் மிகப் பழைமையான நகரங்களில் ஒன்று. கிங்குக்கு மிகவும் பிடித்த நகரம் அது.

சனிக்கிழமை மாலை. அடுத்த நாள் எப்படிப் பிரசங்கம் செய்வது என்ற பயத்திலிருந்தார் கிங். கிட்டத்தட்ட நான்கு வருட காலங் கள் தன் தந்தையுடன் அட்லாண்டாவில் உதவிப் பாதிரியாராகப் பணியாற்றியிருக்கிறார் கிங். பல பிரசங்கங்கள் செய்திருந்தாலும் கொஞ்சம் பயம். பயத்துக்குக் காரணமும் இருந்தது. டெக்ஸ்டர் அவென்யூ பாப்டிசத் திருச்சபை, வரலாற்று முக்கியத்துவம் வாய்ந்த சர்ச். டாக்டர் வெர்னான் ஜான்ஸ் (Dr Vernon Johns) போன்ற

புகழ் பெற்ற மனிதர்கள் அங்கு பாதிரியாராகப் பணியாற்றியிருக்கிறார்கள். ரொம்ப நேரம் யோசித்த பின் கிங் ஒரு முடிவுக்கு வந்தார். அந்த முடிவை தனக்குத் தானே சொல்லிக் கொண்டார்.

‘கடவுளை முன்னால் நிறுத்து. மார்ட்டின் லூதர் கிங்கைப் பின்னால் நிறுத்து. எல்லாம் சரியாகிவிடும்.’ இதை மனத்தில் சொன்னவுடனேயே அவருக்குள் ஒரு தெம்பு வந்து உட்கார்ந்து கொண்டது. அன்று இரவு நிம்மதியாகத் தூங்கினார் கிங்.

அடுத்த நாள் டெக்ஸ்டர் அவென்யூ பாப்டிசத் திருச்சபையில் பிரசங்கம் செய்தார் கிங். பிரசங்கத்தின் தலைப்பு ‘முழு வாழ்க்கையின் மூன்று பரிமாணங்கள்’ (The Three Dimensions of a Complete Life). அன்றைக்குப் பிரார்த்தனைக் கூட்டம் நன்றாக நடந்தது. சர்ச்சின் கமிட்டி உறுப்பினர்கள் கிங்கிடம், ‘நீங்கள் இந்த சர்ச்சில் பாதிரியாராக இருக்கப் பொருத்தமானவர் என்று நாங்கள் முடிவு செய்து அழைத்தால் வருவீர்களா?’ என்று கேட்டார்கள்.

‘நிச்சயமாக’ என்றார் கிங்.

ஒரு மாதம் கழித்து அவருக்கு மாண்ட்கோமெரியில் இருந்து கடிதம் வந்தது. அவரை டெக்ஸ்டர் அவென்யூ பாப்டிசத் திருச்சபையில் பாதிரியாராகப் பணியாற்ற அழைக்கும் கடிதம். கிங் மகிழ்ச்சி அடைந்தாலும் உடனே பதில் சொல்லிவிடவில்லை. மறுபடியும் குழப்பம். அவர் முன்னால் இரண்டு வழிகள் இருந்தன. ஒன்று பாதிரியாராகப் பணியாற்றுவது. இன்னொன்று கல்வித் துறையில் பணியாற்றுவது. அவரை பாதிரியாராக அழைத்த தென்பகுதி இன்னமும் இனப்பாகுபாடு, இனப் பிரச்னையில் மூழ்கிக் கிடந்தது. ஆனால், கல்வித் துறையில் அவருக்காகக் காத்திருந்த வேலைகள், வடபகுதியில் இருந்தன. அங்கு போய் நிம்மதியாக எந்தப் பிரச்னையும் இல்லாமல் வாழலாம். கிங்கால் முடிவெடுக்க இயலவில்லை.

கிங், காரெட்டாவிடம் இதைப் பற்றிப் பேசினார். காரெட்டாவுக்கும் தன் இசைப் பயிற்சியைத் தொடர வடக்கத்திய நகரங்களில்தான் வாய்ப்பு இருந்தது. தென்பகுதியில் எந்த வாய்ப்பும் இல்லை. இருந்தாலும் மாண்ட்கோமெரி அவர்கள் மண். இனப்பிரச்னையில் இருந்தாலும் அங்கிருந்த மக்கள்தான் அவர்களுடைய உண்மையான உறவினர்கள்.

இருவரும் தென்பகுதிக்கே போவதென்று முடிவெடுத்தார்கள். குறைந்தபட்சம் சில வருடங்களுக்காவது அங்கே இருப்பது என்பது அப்பொழுது அவர்களுடைய முடிவாக இருந்தது.

கிங், மாண்ட்கோமெரிக்கு வந்தார். டெக்ஸ்டர் அவென்யூ பாப்டிசத் திருச்சபையில் பாதிரியாராக வேலைக்குச் சேர்ந்தார். இடையிடையே தன்னுடைய ஆராய்ச்சிக் கட்டுரைக்கான வேலைகளையும் சர்ச்சின் அனுமதியோடு பார்த்துக் கொண்டார். 1954-ம் ஆண்டு மே மாதம், ஒரு ஞாயிற்றுக்கிழமை சர்ச்சில் தன் முதல் பிரசங்கத்தை நிகழ்த்தினார் கிங்.

மாண்ட்கோமெரி காரெட்டாவுக்கு மிகவும் பழக்கமான இடம். அவருடைய வீடு அங்கிருந்து எண்பது கிலோ மீட்டர் தொலைவில்தான் இருந்தது. இடையில் சில நாள்கள் கிங்கும் காரெட்டாவும் சுதந்தரமான காற்றை சுவாசித்திருந்தார்கள். இனப்பாகுபாடு இல்லாத கல்லூரிகளில் படித்திருந்தார்கள். வெள்ளையின மக்களின் வீடுகளில் விருந்தினராகக்கூடப் போய் தங்கியிருந்திருக்கிறார்கள். ஆனால், இப்பொழுது தென் பகுதிக்கு வந்த பிறகு, திரும்பவும் எல்லாப் பிரச்னைகளையும் எதிர்கொள்ளத் தயாராக வேண்டியிருந்தது. இனிமேல் அவர்கள் கறுப்பின மக்கள் வசிக்கும் தனிப் பகுதியில்தான் வசிக்க/ வேண்டும். பேருந்துகளில் கறுப்பர்களுக்கான இடத்தில்தான் அமர்ந்து பயணம் செய்ய வேண்டும். ஆனால், மாண்ட்கோ மெரியில்தான் அவர்களுக்குச் சந்தோஷம் தரும் ஒரு விஷயமும் நடந்தது. மாண்ட்கோமெரிக்கு வந்த ஒரு வருட காலத்தில், மார்ட்டின் ஒரு பெண் குழந்தைக்குத் தந்தையானார். குழந்தைக்கு யோலண்டா டெனிஸி (Yolanda Denise) என்று பெயர் வைத்தார்கள். மார்ட்டின் குழந்தையைச் செல்லமாக, 'யோகி' (Yoki) என்றுதான் அழைப்பார்.

மார்ட்டின் சர்ச்சில் வேலை பார்த்தாலும் சமூகப் பிரச்னைகளில் பங்கெடுப்பதில் அதிக ஆர்வம் காட்டினார். சர்ச்சுக்கு வரும் ஒவ்வொரு உறுப்பினர்களையும் ஓட்டுரிமைக்குப் பதிவு செய்யச் சொன்னார்; தேசிய கறுப்பின மக்கள் முன்னேற்ற சங்கத்தில் (NAACP) உறுப்பினராக சேரச் சொன்னார். சர்ச்சுக்குள்ளேயே மார்ட்டின் ஒரு சமூகப் பொருளாதார நடவடிக்கைக் குழுவை உரு வாக்கி, நடத்திக் கொண்டிருந்தார்.

மார்ட்டின் உள்ளூர் NAACP-யில் இணைந்து பணியாற்றிக் கொண்டிருக்கும்பொழுதே, மனித உறவுகளில் அக்கறை

கொண்டிருந்த அலபாமா கவுன்சிலிலும் பணியாற்றினார். அலபாமா கவுன்சில், வெள்ளையர்களால் ஏற்படுத்தப்பட்ட ஓர் அமைப்பு. அலபாமா கவுன்சிலில் அதிக எண்ணிக்கையில் உறுப்பினர்கள் இல்லையென்றாலும், சமூக நடவடிக்கைகளில் அது ஒரு முக்கியமான பங்கு வகித்து வந்தது. சில மாதங்களிலேயே மார்ட்டின் அலபாமாவின் துணைத் தலைவராகத் தேர்ந்தெடுக்கப்பட்டார்.

நிறைய நீக்ரோக்கள், சட்டம் மூலமாகவும் நீதிமன்றத்தின் ஆணை மூலமாகவும் தேசிய கறுப்பின மக்கள் முன்னேற்ற சங்கத்தின் முயற்சியாலும்தான் இனப்பிரச்னை ஒரு முடிவுக்கு வரும் என்று நம்பினார்கள்.

நிறைய வெள்ளையின மக்கள், கல்வியும், அதை முன்னெடுத்துச் செல்லும் மனித உறவுகள் கவுன்சிலும்தான் இனப்பிரச்னைக்கு ஒரு முடிவைத் தரும் என்று நம்பினார்கள்.

மார்ட்டின் இரண்டு வழிமுறைகளையுமே இனப்பிரச்னைக்கு முக்கியத் தீர்வாக நம்பினார். அதனால்தான் NAACP, அலபாமா கவுன்சில் என்ற மாறுபட்ட கருத்துடைய இரண்டு அமைப்புகளிலும் பணியாற்றினார்.

பேருந்து புறக்கணிப்புப் போராட்டம்

5

1955, டிசம்பர் 1. வியாழக்கிழமை. மாலை நேரம். மாண்ட்கோமெரியில் இருக்கும் ஒரு வணிக வளாகத்தில் பகல் முழுக்க டெய்லர் வேலை பார்த்துவிட்டு, அந்த நீக்ரோ பெண் வீட்டுக்குத் திரும்பிக் கொண்டிருந்தார். அவர் பெயர் ரோசா பார்க்ஸ். அவர் செல்ல வேண்டிய க்ளீவ்லேண்ட் அவென்யூ பேருந்து தயாராக இருந்தது. ஏறிக் கொண்டார்.

பஸ்ஸின் முன் பகுதியில் இருந்த இருக்கைகள் எல்லாம் காலியாக இருந்தன. அவையெல்லாம் வெள்ளையர்களுக்கான இருக்கைகள். ரோசா பார்க்ஸைப் போன்ற ஒரு கறுப்பினப் பெண் அந்த இருக்கையில் அமர்வது அமெரிக்கச் சட்டப்படி குற்றம். ஒரு வழியாக பஸ்ஸின் நடுப்பகுதியில் உட்கார ஓர் இடம் கிடைத்தது. அந்த இடத்தில் கறுப்பர்கள் உட்காரலாம். ஆனால் வெள்ளையர்கள் வந்தாலோ, அவர்களுக்கு உட்கார இடம் இல்லையென்றாலோ எழுந்து இடம் கொடுத்துவிட வேண்டும். இதுவும் அங்கு சட்டம்.

இந்த இடத்தில் ரோசா பார்க்ஸைப் பற்றிச் சில வார்த்தைகள். ரோசாவின் இயற்பெயர் ரோசா லூயி மெக்காலே. 1932-ல் ரேமாண்ட் பார்க்ஸ் என்ற மனித உரிமைப் போராளியைத் திருமணம் செய்து கொண்டார். கணவன் - மனைவி இருவருமே வாக்காளர் சங்கம் (Voter's League) என்ற அமைப்பின் உறுப்பினர் கள். ரோசா பார்க்ஸ் தேசிய கறுப்பின மக்கள் முன்னேற்ற சங்கத்தில் (NAACP) செயலாளராகவும் பணியாற்றி வந்தார்.

பஸ் கிளம்பியது. அன்றைக்கு நல்ல கூட்டம். சில நிறுத்தங் களிலேயே பஸ் நிரம்பி வழிந்தது. ஒரு நிறுத்தத்தில் சில வெள்ளையர்கள் பஸ்ஸில் ஏறினார்கள். டிரைவர் திரும்பி, பஸ்ஸை நோட்டம் விட்டார். அந்த டிரைவரின் பெயர் பிளேக். பிறகு, நடுப்பகுதியில் ரோசா பார்க்ஸ் அமர்ந்திருந்த வரிசையில் இருந்த மனிதர்களைப் பார்த்து கத்தினார்: 'என்ன... உக்காந்துக் கிட்டே இருக்கீங்க. எந்திரிங்க.'

மாலை நேரம். எல்லோருமே பகல் முழுக்க உழைத்துவிட்டு வீடு நோக்கிப் போகும் களைப்பில் இருந்தார்கள். முதலில் யாரும் எழுந்திருக்கவில்லை. டிரைவர் மறுபடியும் காட்டுக் கத்தல் கத்தவும், எல்லோரும் எழுந்து வெள்ளையர்களுக்கு வழி விட்டார்கள், ரோசா பார்க்ஸைத் தவிர.

டிரைவர் தன் இருக்கையை விட்டு எழுந்து ரோசா பார்க்ஸின் அருகில் வந்தார்.

'நீ ஏன் எந்திரிக்க மாட்டேங்குறே?'

'நான் ஏன் எந்திரிக்கணும்?'

'இப்போ எந்திரிக்கப் போறியா இல்லியா?'

'எந்திரிக்க முடியாது.'

'நல்லது. அப்போ நான் போலீஸைக் கூப்பிட வேண்டி யிருக்கும்.'

'கூப்பிட்டுக்கோங்க.'

டிரைவர் பஸ்ஸை ஓரமாக நிறுத்திவிட்டு ஒரு போலீஸ்காரருடன் திரும்பி வந்தார். போலீஸ்காரர் ரோசா பார்க்ஸைக் கைது செய்தார்.

பஸ்ஸில் எழுந்து இடம் கொடுக்க மறுத்து கறுப்பின மக்கள் கைது செய்யப்படுவது அமெரிக்காவில் இது முதல் முறையல்ல. 1945-ம் வருடம் ஐரென்மார்கன் என்பவர் கைது செய்யப்பட்டார். பின்னர் கிளாடெட் கால்வின் என்ற 15 வயதுப் பெண் கைது செய்யப்பட்டார். அந்தப் பெண் மீதான வழக்கை நடத்த தேசிய கறுப்பின மக்கள் முன்னேற்ற சங்கம் முயற்சி செய்தது. அதற்காக நிதி திரட்டும் பணியிலும் ஈடுபட்டிருந்தது. ஆனால் கிளாடெட் கால்வின் திருமணமாகாதவர். தவிரவும், கர்ப்பிணியாகவும் இருந்தார். அதனால் அவரால் வழக்கின் போக்குக்கு ஈடு கொடுக்க முடியவில்லை. வழக்குக் கைவிடப்பட்டது.

அதேபோல, 1944-ம் ஆண்டு ஜாக்கி ராபின்சன் என்பவர் கைது செய்யப்பட்டார். அதே வருடம் அக்டோபர் மாதம் மேரி லூசி ஸ்மித் என்ற இளம் பெண் கைது செய்யப்பட்டார். இவர்கள் இருவரும் அபராதம் செலுத்தி மீண்டு வந்தார்கள். பேருந்தில் கறுப்பின மக்களுக்கான பாரபட்சம் இப்படித் தொடர்ந்து கொண்டே இருக்க, ஓர் அரிய வாய்ப்பை எதிர்பார்த்துக் காத் திருந்தது NAACP அமைப்பு. அந்த அமைப்புக்கு வேண்டிய தெல்லாம் தன்னம்பிக்கையும் உறுதியும் உள்ள நபர் இந்தப் பிரச்னையில் கைது செய்யப்பட வேண்டும். அந்த வாய்ப்பு ரோசா பார்க்ஸ் வடிவில் வந்தது.

ரோசா பார்க்ஸ் கைது செய்யப்பட்ட தகவல் NAACP-யின் தலைவர் ஈ.டி. நிக்சனுக்குக் கிடைத்தது. நிக்சன் சுமை தூக்கும் தொழிலாளர் சங்கத்தின் தலைவராகவும் இருந்தார். தகவல் கிடைத்ததும், நிக்சன் தனக்குள் சொல்லிக்கொண்டார்: 'கடவுளே! 'பிரிவினை' எவ்வளவு பெரிய வாய்ப்பை என் கைகளில் கொடுத்திருக்கிறது.' இந்த வழக்கை எதிர்கொள்ள ரோசா பார்க்ஸை விடவும் உறுதியான ஒரு நபர் கிடைக்க மாட்டார் என்று நிக்சன் நம்பினார். உடனே காவல் நிலையம் விரைந்தார். ரோசாவை பெயிலில் எடுத்தார்.

அடுத்த நாள் காலை. நிக்சன், மார்ட்டின் லூதர் கிங்குக்கு போன் செய்தார். வழக்கமாகச் சொல்லும் 'ஹலோ' கூட இல்லாமல் நேரடியாக விஷயத்துக்கு வந்தார். முதல் நாள் இரவு ரோசா பார்க்ஸுக்கு நடந்த கொடுமையைச் சொன்னார்.

'இந்த மாதிரியான கொடுமையை நாம ரொம்ப நாளா அனுபவிச்சுக்கிட்டிருக்கோம். நாம பஸ்ஸைப் புறக்கணிக்கிற

நேரம் வந்துடுச்சுன்னு நெனைக்கிறேன். பஸ்ஸைப் புறக்கணிச் சாத்தான், ரொம்ப நாளைக்கு இது மாதிரியான கொடுமைகளை நம்மால பொறுத்துக்க முடியாதுங்கறதை நாம வெள்ளைக் காரர்களுக்கு உணர்த்த முடியும்.' அழுத்தந்திருத்தமாகப் பேசினார் நிக்சன்.

மார்ட்டினுக்கும் நிக்சனின் யோசனை சரியென்றே பட்டது. நிக்சன், மார்ட்டினுக்கு போன் செய்வதற்கு முன்பு மாண்ட்கோமெரியின் முதல் பாப்டிசத் திருச்சபையின் இளம் பாதிரியார் ரால்ஃப் அபெர்னாத்திக்கு (Ralph Abernathy) போன் செய்திருந்தார். அபெர்னாத்திக்கும் பேருந்து புறக்கணிப்புப் போராட்டம் சிறந்த வழி என்றே தோன்றியது. மூவரும் கிட்டத்தட்ட நாற்பது நிமிடங்கள் மாறி மாறி போனில் பேசிக் கொண்டார்கள்.

இறுதியாக நிக்சன், 'இந்த முடிவை அமல்படுத்தறதுக்கு ஒரு மீட்டிங் வச்சா நல்லா இருக்கும்னு நெனைக்கிறேன். எல்லா பாதிரிமார்களையும், முக்கியமான பெரிய மனுஷங்களையும் கூப்பிட்டுப் பேசலாம்னு நெனைக்கிறேன். ஆனா மீட்டிங்கை எங்க வைக்கறதுன்னுதான் தெரியல' என்றார்.

மார்ட்டின் யோசிக்கவே இல்லை. 'நம்ம சர்ச்சுலயே வச்சுக் கலாமே' என்றார்.

உள்ளூர் பெரிய மனிதர்களுக்கும் சில முக்கியமான பாதிரியார் களுக்கும் தொலைபேசியில் கூட்டம் பற்றிய தகவல் சொல்லப் பட்டது.

அன்று மாலை. எவ்வளவு பேர் இவர்களுடைய அழைப்புக்கு மரியாதை கொடுத்து வருவார்களோ என்ற சந்தேகத்தோடுதான் சர்ச்சுக்குப் போனார் மார்ட்டின். அவர் எதிர்பார்த்ததற்கு மாறாக நாற்பது பேருக்கும் மேல் சர்ச்சில் கூடியிருந்தார்கள். பாதிரியார் களின் எண்ணிக்கைதான் அதிகம். மார்ட்டின் லூதர் கிங் நினைத்துக் கொண்டார்: 'வழக்கத்துக்கு மாறாக ஏதோ நடக்கப் போகிறது.'

பாதிரியார் ராய் பென்னட் (Rev. L. Roy Bennet) கூட்டத்தின் தீர்மானத்தை முன்மொழிந்தார். 'வருகிற திங்கள்கிழமை கறுப்பின மக்கள் எல்லோரும் பேருந்துகளைப் புறக்கணிப்போம்.' உடனே இந்தப் போராட்டத்தைச் செயல்படுத்த ஒரு கமிட்டி உருவாக்கப்பட்டது. மார்ட்டின் லூதர் கிங்கும் கமிட்டி உறுப்பினர் களுள் ஒருவர்.

அவர்களுடைய இறுதி அறிக்கை. ‘டிசம்பர் 5-ம் தேதி, திங்கள் கிழமை மட்டும் வேலைக்குப் போகவோ, டவுனுக்குப் போகவோ, பள்ளிக்கூடம் போகவோ, அல்லது வேறு எந்த இடத்துக்குப் போகவோ பேருந்தில் பயணம் செய்யாதீர்கள். பேருந்தில் எழுந்து இடம் கொடுக்க மறுத்ததற்காக மற்றொரு கறுப்பினப் பெண் கைது செய்யப்பட்டு, சிறையில் அடைக்கப் படலாம். வேலைக்குப் போக வேண்டுமா? வாடகைக் காரையோ, வேறு வாகனத்தையோ பயன்படுத்துங்கள்; அல்லது நடந்து செல்லுங்கள். திங்கள்கிழமை மாலை 7.00 மணிக்கு ஹோல்ட் தெருவில் இருக்கும் பாப்டிசத் திருச்சபையில் நடைபெற இருக்கும் கூட்டத்துக்கு அவசியம் வாருங்கள்.’

இந்த அறிக்கை ஆயிரக்கணக்கில் நோட்டீஸாக அச்சடிக்கப் பட்டு நகர் முழுக்க இரவோடு இரவாக விநியோகிக்கப்பட்டது.

★

கறுப்பின மக்கள் தங்கள் போராட்டத்துக்குப் பேருந்து புறக் கணிப்பைக் கையில் எடுத்துக் கொண்டதற்குக் காரணம் இருக் கிறது. அன்றையச் சூழலில் பேருந்துகளில் பயணம் செய்த மக்களில் 75 சதவிகிதம்பேர் கறுப்பின மக்கள். பெரும் பாலானோர் கூலி வேலை பார்க்கும், மூட்டைத் தூக்கும், வீட்டு வேலை பார்க்கும் தொழிலாளிகள்.

கறுப்பின மக்கள் பஸ்ஸில் ஏறிப் பயணம் செய்வதற்கு அமெரிக்காவில் சில சட்டங்கள் இருந்தன. நீக்ரோக்கள் பஸ்ஸின் முன் பக்கம் ஏறி டிக்கெட்டை வாங்க வேண்டும். பிறகு இறங்கி, பின் பக்கமாகப் போய் பஸ்ஸில் ஏற வேண்டும். சில சமயங்களில் டிக்கெட் வாங்கிவிட்டு பின் பக்கமாகப் போய் பஸ்ஸில் ஏறுவதற்குள்ளாகவே பஸ் கிளம்பிவிடும். டிக்கெட் வாங்கியவர் விழித்தபடி நிற்க வேண்டியதுதான். பல சமயங்களில் பஸ்ஸில் சீட்டுகள் காலியாக இருந்தாலும் கறுப்பர்கள் நின்று கொண்டு தான் பயணம் செய்யவேண்டும். பஸ்ஸின் முதல் நான்கு வரிசைகள் வெள்ளையர்களுக்கானவை. அவற்றில் கறுப்பின மக்கள் உட்கார முடியாது. அந்த வரிசைகள் நிரம்பிவிட்டன, இன்னும் சில வெள்ளையர்கள் பஸ்ஸில் ஏறுகிறார்கள் என்று வைத்துக் கொள்வோம். ரிசர்வ் செய்யாத சீட்டில் அமர்ந்து பயணம் செய்யும் கறுப்பின மக்கள் எழுந்து இடம் கொடுக்க வேண்டும். எழுந்து இடம் கொடுக்கவில்லையென்றால்,

அவர்கள் கைது செய்யப்படுவார்கள். இவை எல்லாவற்றையும் விடக் கொடுமையான விஷயமும் ஒன்று உண்டு. பஸ்ஸை இயக்குபவர்கள் கறுப்பின மனிதர்களை, 'ஏய்! நீக்ரோ!', 'கறுப்புக் குரங்கு', 'கறுப்பு மாடு!' என்றுதான் கூப்பிடுவார்கள். இதுதான் ரோசா பார்க்ஸுக்கும் நடந்தது.

ஞாயிற்றுக்கிழமை பேப்பரில் பேருந்துப் புறக்கணிப்புப் போராட்டத்தைப் பற்றி விரிவாகப் போட்டிருந்தார்கள். அதைப் படித்ததும் மார்ட்டின் லூதர் கிங்கின் மனத்தில் சில கேள்விகள் எழுந்தன. 'நாம் சரியான வழியில்தான் போராட்டம் நடத்துகிறோமா? இந்தப் பேருந்து புறக்கணிப்புப் போராட்டம் அடிப்படையில் கிறிஸ்தவ மதத்துக்கு எதிரானதா? ஒரு பிரச்னையை தவறான முறையில் அணுகுகிறோமோ?' இப்படியெல்லாம் யோசித்தாலும் மார்ட்டினுக்குப் பேருந்து புறக்கணிப்பு, சரி யென்றே தோன்றியது. 'நீதி கிடைப்பதற்கும், சுதந்தரம் கிடைப்பதற்கும் இந்த வழிமுறையை நாம் கையில் எடுத்திருக்கிறோம். இது தவறில்லை. ஒரு மோசமான, அரக்கத்தனமான மக்கள் விரோத சட்டத்தோடு நாம் ஒத்துழைக்கமுடியாது.'

★

அன்று இரவு மார்ட்டின் வீட்டுத் தொலைபேசி ஒலித்தது. போராட்டக் குழுவின் உறுப்பினர் ஒருவர் பேசினார். 'ஒரு சந்தோஷமான விஷயம். மாண்ட்கோமெரியில இருக்கற எல்லா நீக்ரோ டாக்ஸி கம்பெனிக்காரங்களும் திங்கள்கிழமை காலையில் நடக்கப்போற நம்ம போராட்டத்துக்கு ஆதரவு கொடுக்கறதாச் சொல்லியிருக்காங்க.' மார்ட்டின் மனத்தில் ஏதோ ஒரு நம்பிக்கைக் கீற்று ஒளிவிடத் தொடங்கியது. அன்று இரவு நிம்மதியாகத் தூங்கினார்.

அடுத்த நாள் காலை. மார்ட்டினும் காரெட்டாவும் வழக்கத்தை விட சீக்கிரமாகவே எழுந்து கொண்டார்கள். அவர்கள் கண் முன்னே நடக்க இருக்கும் நாடகத்தைக் காணத் தயாரானார்கள். அவர்களுடைய வீட்டிலிருந்து ஐந்தடி தூரத்தில்தான் பஸ் ஸ்டாண்ட். ஜன்னல் வழியாகப் பார்த்தாலே பஸ் ஸ்டாண்ட் தெரியும்.

மார்ட்டின் சமையலறையில் காபி குடித்துக் கொண்டிருந்தார். 'மார்ட்டின்! மார்ட்டின்! சீக்கிரம் வாங்க' என்ற காரெட்டாவின் குரல் கேட்டது. மார்ட்டின் காபி கோப்பையைக் கீழே

வைத்துவிட்டு, முன் அறைக்குப் போனார். காரெட்டா ஜன்னல் வழியாக பஸ் ஸ்டாண்டில் நின்றுகொண்டிருந்த பஸ்ஸைக் காட்டினார்.

'பஸ் காலியாயிருக்குங்க.' சந்தோஷமாகச் சொன்னார் காரெட்டா.

மார்ட்டினால் நம்பவே முடியவில்லை. தெற்கு ஜாக்சன் லைனுக்குப் போகும் அந்த பஸ்ஸைப்பற்றி மார்ட்டின் நன்றாகவே அறிவார். அந்த பஸ் தினமும் அவர்கள் வீட்டைத் தாண்டித்தான் போய்க் கொண்டிருந்தது. பஸ்ஸில் எப்பொழுதும் கூட்டம் இருக்கும். மாண்ட்கோமெரியில் ஓடும் மற்ற வழித்தடங்களைவிட, இந்த ரூட்டில்தான் நீக்ரோக்கள் அதிக மாகப் பயணம் செய்து கொண்டிருந்தார்கள். அதுவுமில்லாமல் இந்த வழியில் செல்லும் முதல் பஸ்ஸில்தான் கூட்டம் மிக அதிகமாக இருக்கும். வீட்டு வேலைக்கு அதிகாலையிலேயே கிளம்பிப் போகும் தொழிலாளர்கள் இதில்தான் பயணம் செய்வார்கள். பஸ் காலியாகக் கிளம்பிப் போனது.

மார்ட்டின் ஜன்னலருகிலேயே காத்திருந்தார். பதினைந்து நிமிடங்கள் கழிந்தன. அடுத்த பஸ் வந்தது. அதுவும் காலி யாகத்தான் வந்தது. கொஞ்சம் நேரம் கழித்து மூன்றாவது பஸ். அதுவும் கிட்டத்தட்ட காலிதான். இரண்டே இரண்டுபேர் பயணம் செய்து கொண்டிருந்தார்கள். அவர்கள் வெள்ளையர்கள்.

மார்ட்டினுக்கு ஆவலை அடக்க முடியவில்லை. தன்னுடைய காரில் ஏறினார். ஒரு மணி நேரத்துக்கும் மேலாக நகரத்தைச் சுற்றிச் சுற்றி வந்தார். அந்தப் பரபரப்பான காலை வேளையில் கறுப்பர்கள் யாருமே பஸ்ஸில் பயணம் செய்யவில்லை. மிஞ்சிப் போனால் ஒரு எட்டு நீக்ரோக்கள் பயணம் செய்திருப்பார்கள். இந்தப் போராட்டத்துக்கு மக்களிடமிருந்து கிட்டத்தட்ட 60 சதவிகித ஒத்துழைப்பைத்தான் அவர் எதிர்பார்த்திருந்தார். கிட்டத்தட்ட 100 சதவிகித ஒத்துழைப்பு மக்களிடமிருந்து கிடைத்துவிட்டது. இது அவரைப் பொறுத்தவரை ஒரு அற்புதமான நிகழ்வு. கறுப்பின சமுதாயம் முழுவதுமே விழிப்புணர்வு பெற்றுவிட்டதைப்போலத்தான்.

அன்று முழு நாளும் பேருந்துகள் காலியாகத்தான் இயங்கின. அலபாமா மாநிலக் கல்லூரி மாணவர்கள், சந்தோஷமாகக்

கல்லூரிக்கு நடந்து போனார்கள். வேலைக்குப் போகிறவர்கள் கிடைத்த வாகனத்தில் ஏறி வேலைக்குப் போனார்கள்; அல்லது நடந்து போனார்கள். சைக்கிள், குதிரை வண்டி போன்ற வாகனங் கள் அன்றைய தினம் மிகவும் பிஸியாக இருந்தன. சில தொழி லாளர்களும், வீட்டு வேலை பார்ப்பவர்களும் பன்னிரண்டு மைல்களுக்கும் அதிகமாக நடக்க வேண்டியிருந்தது. ஆனால், எந்தக் கறுப்பின மனிதனும் பஸ் இருக்கும் திசைப் பக்கம் தலை வைத்துக்கூடப் படுக்கவில்லை. அவர்கள் எதற்காக நடக்கி றோம் என்பதை உணர்ந்திருந்தார்கள்.

அதே நாள். அதே நேரம். மாண்ட்கோமெரி போலீஸ் கோர்ட். நீதிபதி எல்லாவற்றையும் கேட்டார். நகர பிரிவினை சட்டத்தை மீறிய ரோசா பார்க்ஸ் குற்றவாளி என்று உறுதி செய்தார். 14 டாலர்கள் அபராதம் விதித்தார். இப்படிப்பட்ட சூழ்நிலைகளில் பொதுவாக, வழக்கு தள்ளுபடி செய்யப்படும். அல்லது சம்பந்தப் பட்ட நபர் ஒழுங்கீனமாக நடந்து கொண்டார் என்பதற்காக, நட வடிக்கை எடுப்பார்கள். அவ்வளவுதான். பிரிவினை சட்டத்தை மீறியதாக ஒரு நீக்ரோ பெண் கைது செய்யப்பட்டு, அபராதம் விதிக்கப்படுவது இதுவே முதல் முறை.

★

அன்று மாலை சர்ச்சில் நடைபெற இருந்த கூட்டத்தின் ஏற்பாடுகளைப் பற்றிப் பேசுவதற்காக, பாதிரியார் ராய் பென்னட் மதியம் மூன்று மணிக்கு எல்லோரையும் அழைத்திருந்தார். எல்லோருமே அன்றைக்கு அவர்களுடைய போராட்டத்துக்குக் கிடைத்த வெற்றியைப் பற்றியே பேசினார்கள். எல்லோருடைய மனத்திலும் ஒரு கேள்வி எழுந்தது. அடுத்து என்ன செய்வது?

முதலில் ஒரு புதிய அமைப்பைத் தொடங்குவது என்று முடிவு செய்தார்கள். என்ன பெயர் வைப்பது? ரால்ஃப் அபெர்னாத்தி ஒரு பெயரை முன்மொழிந்தார். அனைவரும் ஏற்றுக் கொண்டார் கள். மாண்ட்கோமெரி முன்னேற்ற சங்கம் (Montgomery Improvement Association). அடுத்து நிர்வாகக்குழு உறுப்பினர்கள் தேர்ந் தெடுக்கப்பட்டார்கள். அமைப்பின் தலைவராக மார்ட்டின் லூதர் கிங் ஏகமனதாகத் தேர்ந்தெடுக்கப்பட்டார்.

அன்று மாலை கூட்டத்தில் என்ன பேசுவது? ‘எதுவும் பேச வேண்டாம். பாடல்கள் பாடுவோம். பிரார்த்தனை செய்வோம்.

நாம் யார் என்று மக்களுக்குத் தெரியவே கூடாது' என்றார்கள் சிலர்.

வேறு சிலர் சொன்னார்கள்: 'அதெப்படி? நம் தலைவர்களுக்கு ஓர் அடையாளம் வேண்டாமா? நாம் யார் என்று மக்களுக்குச் சொல்லித்தான் ஆக வேண்டும்.'

விவாதம் இப்படி நீண்டுகொண்டே போக, நிக்சன் எரிச்சலோடு சொன்னார். 'நாம சின்னப் பசங்க மாதிரி பேசிக்கிட்டு இருக்கோம். யாராவது ஒருத்தரோட பெயராவது வெளியில தெரிஞ்சுதான் ஆகணும். நமக்கு பயமா இருந்துச்சுன்னா, இத்தோட இந்த அமைப்பையே விட்டுட்டுப் போயிடறது நல்லது. நாம மறைச்சாலும் இந்த அமைப்புக்குப் பின்னால யாரு இருக்காங்கன்னு வெள்ளைக்காரங்க நிச்சயமா கண்டுபிடிச்சுடு வாங்க. இப்பவே நாம முடிவு பண்ணிடுறது நல்லது. நாம பயமில்லாத மனுஷங்களா இருக்கப் போறோமா, பயந்துபோன பொடிப்பசங்களா இருக்கப் போறோமா?'

அதற்குப் பிறகு யாரும் பேசவில்லை. எந்தத் தடையும் சொல்ல வில்லை. பயந்தவர்களுக்குக்கூட நிக்சனின் பேச்சு தைரியத்தைக் கொடுத்தது. கூட்டத்தில், கறுப்பின மக்களுக்கு சில அடிப் படைப் பிரச்னைகளில் தீர்வு கிடைக்கும்வரை பேருந்துப் புறக் கணிப்புப் போராட்டத்தைத் தொடருவது என்று முடிவெடுக்கப் பட்டது.

'சரி. மக்கள் நமக்கு ஒத்துழைப்புக் கொடுக்கலைன்னா என்ன செய்யறது? நாளைக்கோ நாளை மறுநாளோ கறுப்பின மக்கள் பஸ்ஸில் ஏறினா, வெள்ளையர்கள் பார்த்து சிரிக்க மாட்டாங் களா?'

இறுதியாக அன்று மாலைக் கூட்டத்தில் மக்களின் ஆதரவைப் பொறுத்து பேருந்துப் புறக்கணிப்புப் போராட்டத்தைத் தொடர்ந்து நடத்தலாமா, வேண்டாமா என்று முடிவு செய்து கொள்ளலாம். இதுதான் அவர்கள் எடுத்த முடிவு.

★

இன்னும் இருபது நிமிடத்தில் மாலைக் கூட்டம் தொடங்கி விடும். மாலைக் கூட்டத்தில் தலைவர் என்ற முறையில் மார்ட்டின் லூதர் கிங் பேசியாக வேண்டும். காரெட்டாவிடம்

சொல்லிக்கொண்டு தன் அறைக்குள் போனார். கதவைச் சாத்தினார். அவருக்குப் பயமாக இருந்தது. நீதிக்கான போராட்டம். மக்களுக்கு நல்ல விஷயம் எதையாவது சொல்ல வேண்டும். ஆனால் நேரம் இல்லை. ரிப்போர்ட்டர்களும், தொலைக்காட்சி மனிதர்களும் வேறு வந்துவிடுவார்கள். இந்த பயத்திலேயே ஐந்து நிமிடங்கள் வீணாகிப் போனது.

மார்ட்டின் கடவுளிடம் பிரார்த்தனை செய்தார். கடவுளைத் தன் னோடு இருக்கச் சொன்னார். தனக்கு வழிகாட்டச் சொன்னார். பிறகு பதினைந்து நிமிடங்களுக்கும் குறைவான நேரத்தில் தன் உரையைத் தயார் செய்துவிட்டார்.

காரெட்டாவிடம் சொல்லிக்கொண்டு வெளியே வந்து காரில் ஏறினார். ஹோல்ட் தெருவிலிருக்கும் சர்ச்சுக்கு வண்டியை ஓட்டினார். சர்ச்சிலிருந்து ஐந்து கட்டடங்கள் தூரத்திலிருக்கும் போதே ட்ராஃபிக் ஜாம். தெருவின் இரு புறமும் கார்களும் வாகனங்களும் நெருக்கியடித்துக் கொண்டு நின்றுகொண்டிருந் தன. சர்ச்சின் உள்ளேயும் வெளியேயும் ஆயிரக்கணக்கான மனிதர்கள் கூடியிருந்தார்கள்.

மார்ட்டின் பாதிரியார்களின் அறைக்குப் போய்ச் சேருவதற்கே பதினைந்து நிமிடங்கள் பிடித்தன. அன்றைக்கு நடந்த கூட்டம் அரைமணி நேரம் தாமதமாகத் தொடங்கியது. அந்தக் கூட்டத்தில் எந்தக் குறிப்பையும் பேப்பரையும் கையில் வைத்துக் கொள்ளாமல் மார்ட்டின் பேசினார். ரோசா பார்க்ஸுக்கு என்ன நடந்தது என்பதைச் சொன்னார்.

அவ்வளவுதான். ஆர்ப்பரித்து எழுந்த அலை ஓசையைப்போல, கரவொலி ஆரம்பித்துவிட்டது. வழக்கமாக, பிரசங்கம் செய்யும் போது மக்களிடமிருந்து கிடைக்கும் ஆதரவையும் இப்பொழுது கிடைத்த ஆதரவையும் நினைத்துப் பார்த்தார். அது வேறு, இது வேறு என்பது தெளிவாகப் புரிந்தது.

மக்கள் மத்தியில் போராட்டத்துக்கு வரவேற்பு இருப்பது தெரிந்துவிட்டது. இனி பேருந்துப் புறக்கணிப்புப் போராட்டம் தொடரும் தீர்மானத்தை அறிவித்துவிட வேண்டியதுதான் என்ற முடிவுக்கு வந்தார்கள் அமைப்பாளர்கள். ரால்ஃப் அபெர்னாத்தி அந்தத் தீர்மானங்களை வாசித்தார்.

1. கறுப்பின மக்களை மரியாதையுடன் நடத்துவோம் என்னும் உத்தரவாதத்தைப் பேருந்து ஓட்டுநர்கள் அளிக்கவேண்டும்.

2. முதலில் வருபவர்களுக்கு முதல் சேவை; (First come, first served) என்ற அடிப்படையில் பயணிகள் நடத்தப்பட வேண்டும். கறுப்பின மனிதர்களின் இருக்கைகள் பின்னாலிருந்து முன்னால் மாற்றப்பட வேண்டும். வெள்ளையர்களுக்கான இருக்கைகள் முன்னாலிருந்து பின்னால் மாற்றப்பட வேண்டும்.

3. கறுப்பின மக்கள் பயணம் செய்யும் வழிகளில் கறுப்பின மக்களைப் பேருந்தை இயக்குபவர்களாகப் போட வேண்டும்.

மேற்கண்ட கோரிக்கைகள் நிறைவேற்றப்படும் வரை கறுப்பின மக்கள் பேருந்தில் பயணம் செய்யமாட்டார்கள்.

இந்தத் தீர்மானங்கள் வாசிக்கப்பட்டதும் எல்லோரும் கையை உயர்த்தி கோஷம் எழுப்பினார்கள்.

வீடு நோக்கிக் காரை ஓட்டிக் கொண்டு வரும்போது, மார்ட்டினின் மனம் முழுக்க நிறைந்து போயிருந்தது. இந்த மாதிரியான மகிழ்ச்சியையும் விடுதலை உணர்வையும் அவர் எப்பொழுதும் அனுபவித்ததில்லை.

'எந்தச் சரித்திர ஆசிரியராலும் அந்தக் கூட்டத்தைப்பற்றி முழுக்க விவரிக்க முடியாது. எந்தச் சமூகவியலாளனாலும் அந்த மக்களின் மனத்தைப் பிரதிபலிக்க முடியாது. அந்த அனுபவத்தில் பங்கேற்ற ஒருவரால்தான் அதைப் புரிந்துகொள்ள முடியும்' என்று பின்னால் அந்தக் கூட்டத்தைப்பற்றிச் சொன்னார் மார்ட்டின் லூதர் கிங்.

அன்று இரவு அவர்கள் தொடங்கிய இயக்கத்துக்கு, தேசிய அளவில் அங்கீகாரம் கிடைத்தது. உலகத்தின் அத்தனை நாடு களிலும் உள்ள எல்லா மனிதர்களுக்கும் அது எதிரொலித்தது. எல்லாவற்றுக்கும் மேல் கறுப்பின மக்கள் மத்தியில் நம்பிக் கையை விதைத்தது.

சுதந்தரத்துக்காக நடைபயணம்

6

போராட்டம் தொடங்கிவிட்டது. கடைசி வரை எந்தத் தொய்வும் இல்லாமல் நடத்திச் செல்ல வேண்டுமே! இந்தப் பயம் மார்ட்டினின் மனத்துக்குள் இருந்துகொண்டே இருந்தது. மாண்ட்கோமெரி முன்னேற்ற சங்கத்தில் சில குழுக்களை ஏற்படுத்தி, பொறுப்புகளைப் பிரித்துக் கொடுத்துவிடவேண்டும் என்று எண்ணினார் கிங். நிர்வாகிகளுடன் பேசினார். போக்குவரத்துக் குழு, நிதிக் குழு, நிகழ்ச்சிக் குழு, போராட்டக் குழு எனப் பல குழுக்கள் உருவாக்கப்பட்டன.

பேருந்துப் புறக்கணிப்புப் போராட்டம் தொடங்கிய ஆரம்ப நாள்களில், போக்கு வரத்தைச் சீராக்குவதுதான் பெரும்பாடாக இருந்தது. முதலில் சில நாள்களுக்கு 'நீக்ரோ டாக்ஸி கம்பெனிகள்' உதவ முன்வந்தன. பேருந்தில் என்ன கட்டணம் வசூலிக்கிறார்களோ, அதே தொகையை வாங்கிக் கொண்டு பொதுமக்களை ஏற்றிச் செல்ல அவை உறுதி

அளித்தன. ஆனால், நகர காவல்துறை ஆணையாளரான செல்லர்ஸ் (Sellers) ஏற்கெனவே அமலில் இருந்த ஒரு சட்டத்தை உதாரணமாகக் காட்டி, ஓர் அறிக்கையை எல்லா நீக்ரோ டாக்ஸி கம்பெனிகளுக்கும் அனுப்பினார். அதன்படி, சட்டம் நிர்ணயித்துள்ள குறைந்தபட்ச கட்டணத்தை (45 சென்ட்டுகள்) பயணிகளிடம் வசூலிக்கவேண்டும். இதனால் நீக்ரோ டாக்ஸி கம்பெனிகள் பின்வாங்கின. போராட்டத்துக்கு உதவுவதிலிருந்து பின்வாங்கச் செய்வதற்காகத்தான், செல்லர்ஸ் இப்படியெல்லாம் செய்கிறார் என்பதை மார்ட்டின் உணர்ந்து கொண்டார்.

அப்பொழுது அவருக்கு உடனடியாக நினைவுக்கு வந்தவர் தியோடர் ஜெமிசன் (Theodore Jemison) பாதிரியார். அவர் மார்ட்டினின் நண்பர். லூசியானாவில் பேட்டன் ரூஜ் என்ற இடத்தில் ஒருமுறை, அவர் ஒரு பேருந்துப் புறக்கணிப்புப் போராட்டத்தை நடத்தியிருக்கிறார். பேருந்துக்கு மாற்றாக தனியார் கார்களை ஒன்றிணைத்து ஒரு குழுவை உருவாக்கியிருந்தார் தியோடர். தனியார் கார்களும் வேன்களும் பஸ் கட்டணத்தை மட்டும் வாங்கிக்கொண்டு, மக்களை ஏற்றிக் கொண்டு வலம் வந்தன. அதே முறையை மாண்ட்கோமெரியிலும் பின்பற்றலாம் என நினைத்தார் மார்ட்டின்.

அன்று இரவு மாண்ட்கோமெரி முன்னேற்ற சங்கத்தின் பொதுக் கூட்டம் கூடியது. கூட்டம் முடிவதற்கு முன் மார்ட்டின் எல்லோரிடமும் அந்த யோசனையைச் சொன்னார். வாகனங்கள் வைத்திருப்பவர்கள், அவர்கள் பெயர்களையும் முகவரியையும் தொலைபேசி எண்ணையும் தரலாம். அவர்கள் விருப்பப்பட்டால், தங்கள் வாகனங்களை நேரம் கிடைக்கும் போது பொதுமக்களை ஏற்றிச் செல்ல பயன்படுத்தலாம்.

மார்ட்டினின் யோசனைக்குப் பயங்கரமான வரவேற்பு கிடைத்தது. 150-க்கும் மேற்பட்டோர் தங்கள் வாகனங்களைத் தர முன்வந்தார்கள். சிலர் இந்தத் தனியார் கார் குழுவில் பகுதி நேரமாகப் பணியாற்ற முன்வந்தார்கள். சிலர் தங்களுடைய வேலை நேரத்துக்கு முன்பாகவோ, வேலை நேரத்துக்குப் பிறகோ கார் ஓட்ட முன்வந்தார்கள். பாதிரியார்கள் எல்லோருமே தேவைப்படும்போது கார் ஓட்டுவது என்று முடிவு செய்தார்கள். தவிரவும், இல்லத்தரசிகள், ஆசிரியர்கள், வியாபாரிகள்,

தொழிலாளிகள் அனைவரும் பகுதி நேர டிரைவராக மாறினார்கள்.

தொண்டர்கள் களத்தில் இறங்கினார்கள். பாதிரியார்களும் தொண்டர்களும் இயக்கிய கார்களிலும் இதர வாகனங்களிலும் மக்கள் பயணம் செய்தார்கள். இன்னும் சிலர் தாமாகவே இந்தத் தனியார் கார் குழுவில் சேர முன்வந்தார்கள். கிட்டத்தட்ட 300 வாகனங்கள் நகரெங்கும் குறித்தநேரத்தில், குறித்த இடங்களுக்கு மக்களை ஏற்றிச் சென்றன. பேருந்தில் எவ்வளவு கட்டணமோ அதேதான் இவற்றில் பயணம் செய்வதற்கும். இந்த முறையில் வாகனங்கள் சிறப்பாக இயங்கிக் கொண்டிருந்தன.

ஆனாலும் சில கறுப்பின மக்கள் மட்டும் எங்கு போனாலும் கால்நடையாகத்தான் போனார்கள். அதற்குக் காரணம் அவர்கள் போராட்டத்துக்குக் கொடுத்த முக்கியத்துவம்.

ஒரு நாள். ஒரு மூதாட்டி தளர் நடைபோட்டு மெதுவாக ரோட்டில் நடந்து போய்க் கொண்டிருந்தார். ஒரு தனியார் கார் குழு டிரைவர், காரை அந்த மூதாட்டியின் அருகே நிறுத்தினார்.

'பாட்டியம்மா, எதுக்கு நடக்குறீங்க? ஏறி கார்ல உக்காருங்க.'

அந்த மூதாட்டி டிரைவரைப் பார்த்து மென்மையாகச் சிரித்தார். பிறகு சொன்னார்: 'நான் எனக்காக நடக்கலை. என்னுடைய குழந்தைகளுக்காகவும் என் பேரன் பேத்திகளுக்காகவும் நடக்கிறேன்.'

★

பேருந்துப் புறக்கணிப்புப் போராட்டம் அமைதியாக நடந்து கொண்டிருந்தது. தொடக்கத்தில் எல்லோரும் இந்தப் போராட்டம் கிறிஸ்தவர்களின் தத்துவமான அன்பு வழியில் நடைபெறுவதாக நினைத்துக் கொண்டிருந்தார்கள். ஆனால் அது காந்தியின் அஹிம்சைப் போராட்டத்தைப் போன்றது என்பதை மக்கள் மெதுவாக உணரத் தொடங்கினார்கள். 1957-ம் ஆண்டு மாண்ட்கோமெரியில் இருந்த எல்லோருக்குமே மகாத்மா காந்தியின் பெயர் தெரிந்திருந்தது.

பேருந்துப் புறக்கணிப்புப் போராட்டம் உடனே வெற்றி பெற்று விட்டாலும், நகரத்தின் முக்கியமான பிரமுகர்களும் பேருந்து

அதிகாரிகளும் இன்னும் சில நாள்களில் போராட்டம் முடிந்து விடும் என்று நம்பினார்கள். மழைக்காலம் தொடங்கிய முதல் நாளே கறுப்பின மக்கள் பஸ்ஸைத் தேடி ஓடி வந்துவிடுவார்கள் என்பதில் அவர்கள் உறுதியாக இருந்தார்கள். ஆனால் நடந்தது வேறு. மழைக்காலம் வந்தது, போனது. பேருந்துகள் காலியாகத் தான் போய்க்கொண்டிருந்தன.

வேறு வழியில்லாமல் நகரப் பிரமுகர்களும் பேருந்து அதிகாரிகளும் போராட்டக் குழுவைப் பேச்சுவார்த்தைக்கு அழைத்தார்கள். பேச்சுவார்த்தைக்குப் போனார் மாண்ட் கோமெரி முன்னேற்ற சங்கக் குழுவின் தலைவர் மார்ட்டின் லூதர் கிங்.

ஆணையர்களின் வளாகத்தில் மேயரைத் தன் குழுவினரோடு சந்தித்தார் மார்ட்டின். மேயருக்கு எதிரே உட்கார்ந்தார்.

'சரி. உங்க விளக்கத்தைச் சொல்லுங்க' என்றார் மேயர்.

'நாங்க பேருந்தைப் புறக்கணிச்சதுக்குக் காரணம், ரோசா பார்க்ஸைக் கைது செய்தது மட்டும் அல்ல. தொடர்ந்து பல வருடங்களாக எங்களுக்கு நிகழ்ந்து கொண்டிருக்கும் அநீதியை யும் அவமரியாதையையும் சுட்டிக் காட்டத்தான்' என்று தொடங்கி, பேருந்துப் புறக்கணிப்புப் போராட்டத்தின் அவசி யத்தை மிக விரிவாக விளக்கினார் மார்ட்டின்.

மார்ட்டின் பேசி முடித்ததும் மேயர் பொது விவாதத்துக்கு எல்லோரையும் அழைத்தார். ஆணையர்களும் பேருந்து நிர் வாகத்தின் பொறுப்பாளர்களும் கேள்விகளை எழுப்பினார்கள். கறுப்பின மக்கள் இந்தப் போராட்டத்தின் மூலமாகச் சட்டத்தை மீற முயற்சிக்கிறார்கள் என்று திரும்பத் திரும்பச் சொன்னார்கள். முதலில் வருபவர்களுக்கெல்லாம் பேருந்தில் இடம் கொடுக்கக் கூடாது. பிரிவினை அடிப்படையில்தான் வழங்கப்பட வேண்டும் என்றார்கள்.

கூட்டத்தில் மார்ட்டின், குழுவினரின் வாதங்களுக்கு எதிரான வாதங்களைத் தொடர்ந்து வைத்துக் கொண்டிருந்தார். பஸ் கம்பெனியின் நிர்வாகியான ஜாக் கிரென்ஷா (Jack Crenshaw). கூட்டத்தில், ஒரு முடிவும் தங்களுக்குச் சாதகமாக அமையாது என்பது மார்ட்டினுக்குத் தெரிந்துபோனது.

மார்ட்டின் இந்தச் சமரசப் பேச்சுவார்த்தைக் கூட்டத்துக்குப் பிறகு, மாண்ட்கோமெரி முன்னேற்ற சங்கத்தின் நிர்வாகக் குழு உறுப்பினர்களிடம் நடந்த விஷயத்தைச் சொன்னார். அவர்கள் ஏமாற்றமடைந்தாலும், நீதி கிடைக்கும்வரை போராடுவது என்ற உறுதியில் இருந்தார்கள்.

★

கறுப்பின மக்களைச் சமாதானப்படுத்திவிடலாம் என்று நினைத்த வெள்ளையர்களுக்கு, மார்ட்டின் பெரிய தடையாகத் தெரிந்தார். போராட்டக் குழுவில் இருப்பவர்களைப் பல்வேறு சூழ்ச்சிகள் மூலமாகப் பிரிக்க அவர்கள் முயற்சி செய்தார்கள். அப்படிப் பிரித்துவிட்டால் போராட்டம் கைவிடப்படும் என்பது அவர்களுடைய எண்ணம். போராட்டக் குழுவினரில் இருந்தவர் களைப்பற்றி வதந்திகள் பரப்பப்பட்டன. மார்ட்டின் தனக்கும் தன் மனைவிக்கும் மக்கள் பணத்தில் கார் வாங்கிக் கொண்டதாகக் கூட வதந்தி பரப்பப்பட்டது.

கறுப்பினத் தலைவர்களின் ஒற்றுமையைக் குலைத்து விட்டால், அவர்களைப் பின்தொடர்பவர்கள் நம்பிக்கையை இழந்துவிடுவார்கள் என்பது வெள்ளையர்களின் எண்ணம். பல மூத்த கறுப்பினத் தலைவர்களைத் தேடிப் போனார்கள். அவர்களைத் தூண்டிவிட்டார்கள். ‘ஒரு போராட்டம் நடக்குதுன்னா அதுல நீங்கதான் தலைவரா இருக்கணும். இது அவமானமில்லையா? எத்தனை வருசமா உங்க இனத்துக் காகவும் உங்க மக்களுக்காகவும் உழைச்சிருக்கீங்க. இப்போ உங்களைவிட வயசுலயும் திறமையிலும் சின்னவங்க எல்லாம் தலைவரா இருக்காங்களே!’

‘உங்கள்ல ஒருத்தர் போராட்டத்துக்குத் தலைமை தாங்கினீங் கன்னா எல்லாம் ஒரே நாள்ல சரியாயிடும்’ என்றார்கள் சிலர். இந்த மாதிரியான பேச்சுகளும் வதந்திகளும் மார்ட்டினின் காதிலும் விழுந்தன. துடித்துப்போனார். உடனே மாண்ட் கோமெரி முன்னேற்ற சங்கத்தின் நிர்வாகக் குழுவைக் கூட்டி னார். தன்னுடைய பதவியிலிருந்து ராஜினாமா செய்யப் போவ தாகச் சொன்னார். ‘பதவியில் இல்லாவிட்டாலும் நான் இயக்கத் துக்குப் பக்க பலமாக இருப்பேன்’ என்று சொன்னார். ஆனால் நிர்வாகிகள் முழுமனதாக மார்ட்டினை ஆதரித்தார்கள். அவர்

இந்தப் போராட்டத்துக்குத் தொடர்ந்து தலைமை தாங்க வேண்டும் என்று வலியுறுத்தினார்கள்.

★

ஒரு நாள் நகர ஆணையாளர்கள் கறுப்பின சமூகத்துக்கு அதிர்ச்சி வைத்தியம் கொடுத்தார்கள். 'கறுப்பினத் தலைவர்களுடன் பேச்சுவார்த்தை சுமுகமாக முடிந்துவிட்டது. பேருந்துப் புறக் கணிப்புப் போராட்டம் முடிவுக்கு வந்துவிட்டது' என்று நாளி தழில் செய்தி வெளியிட்டார்கள். நிறையப்பேர் போராட்டம் முடிவுக்கு வந்துவிட்டது என்றே நினைத்தார்கள். இது ஒரு தந்திரம். சில நீக்ரோக்களை வைத்து பஸ்ஸை ஓட்டிவிட்டால் பேருந்துப் புறக்கணிப்புப் போராட்டம் முடிவுக்கு வந்துவிடும் என்பது அவர்களுடைய எண்ணம். ஆணையர்கள் மூன்று கறுப் பினத் தலைவர்களுடன் பேசியிருந்தார்கள். அவர்கள் முக்கிய மான தலைவர்களும் அல்ல; மாண்ட்கோமெரி முன்னேற்ற சங்கத்தின் உறுப்பினர்களும் அல்ல.

இந்தத் தகவல் மார்ட்டினுக்குக் கிடைத்தபோது, நேரம் இரவு பதினொரு மணி. சனிக்கிழமை. அடுத்த நாள் காலை இந்தச் செய்தியை மக்கள் படிப்பதற்கு முன்னால் ஏதாவது செய்தாக வேண்டும். என்ன செய்வது? மார்ட்டின் ஒரு குழுவை அழைத்துக் கொண்டார். வீதியில் இறங்கினார். அந்த இரவில் கண்ணில் பட்ட எல்லோரிடமும் இன்னும் போராட்டம் முடியவில்லை என்று சொன்னார். இரவு விடுதிகள், இரவில் இயங்கும் கடைகள், ஹோட்டல்கள் என்று எல்லா இடத்துக்கும் போய் சொன்னார். கறுப்பின பாதிரிமார்களை அழைத்து, அடுத்த நாள் ஞாயிற்றுக் கிழமை பிரார்த்தனையின்போது எல்லோரிடமும் போராட்டம் முடியவில்லை என்று அறிவிக்கச் சொன்னார். அவருடைய முயற்சிக்குப் பலன் கிடைத்தது. அடுத்த நாள் பேருந்துகள் வழக்கம்போல் இயங்கின, காலியாக.

இந்த ஏமாற்றத்தை நகரப் பிரமுகர்களால் தாங்க முடியவில்லை. துணிச்சலாக ஒரு முடிவெடுத்தார்கள். அதுதான் 'தண்டிக்கும் கொள்கை' (get-tough policy). நகர மேயர் தொலைக்காட்சியில் தோன்றி பேருந்துப் புறக்கணிப்புப் போராட்டத்தைக் கைவிடச் சொன்னார். மாண்ட்கோமெரியில் இருக்கும் பெரும்பாலான வெள்ளையின மக்கள், கறுப்பின மக்கள் பஸ்ஸில் பயணம்

செய்யாததைப் பற்றிக் கவலைப்படத் தேவையில்லை என்று அவர் சொன்னார். வெள்ளையினத்தைச் சேர்ந்தவர்கள் கறுப் பினத் தொழிலாளிகளுக்காக வண்டி ஓட்டுவதை நிறுத்தவேண்டும் என்று சொன்னார்.

'தண்டிக்கும் கொள்கை' தொடர் கைதுகளுக்கு வழி வகுத்தது. சின்னச் சின்ன போக்குவரத்து விதி மீறல்களுக்கும் நிறையப் பேர் கைது செய்யப்பட்டார்கள். இதனால் கார் சேவை பலவீன மடைந்தது. நிறைய டிரைவர்கள் தங்களுடைய லைசென்ஸ் பறிக்கப்படும், இன்ஷுயூரன்ஸ் கேன்சலாகிவிடும் என்று பயப்படத் தொடங்கினார்கள். நிறைய டிரைவர்கள் விலகி தங்கள் வழியைப் பார்த்துக்கொண்டு போனார்கள். மறுபடியும் போக்குவரத்துக் கடினமானது. நிறைய புகார்கள் எழுந்தன. காலையிலிருந்து இரவு வரை மார்ட்டின் வீட்டுத் தொலைபேசி அலறிக் கொண்டே இருந்தது. அல்லது யாராவது அழைப்பு மணியை அடித்து வீட்டுக்கே வந்தார்கள். எல்லாமே புகார்கள். 'அங்க கார் வரலை; இங்க வேன் வரலை.' மார்ட்டின் குழம்பிப் போனார். கறுப்பின சமூகம் போராட்டத்தைத் தொடருமா என்று சந்தேகமே வந்துவிட்டது அவருக்கு.

★

ஜனவரி மாதம். மதியப் பொழுது. மார்ட்டின் சர்ச் வேலைகளை முடித்துவிட்டு, தன் நண்பர் ராபர்ட் வில்லியம்ஸுடனும் சர்ச் செக்ரட்டரி லில்லி தாமஸுடனும் காரில் வீடு நோக்கி வந்து கொண்டிருந்தார். போகிற வழியில் பொது மக்கள் சிலரையாவது காரில் ஏற்றிச் செல்லலாமே என்று நினைத்தார். மக்கள் வழக்க மாகக் காத்திருக்கும் ஓர் இடத்தில் வண்டியை நிறுத்தினார். அங்கே ஐந்தாறு போலீஸ்காரர்கள் சில டிரைவர்களை விசாரித்துக் கொண்டிருந்தார்கள். அதைப்பற்றிக் கவலைப் படாமல் மார்ட்டின் மூன்று பயணிகளைத் தன் காரில் ஏற்றிக் கொண்டார். கார் கிளம்பி சில அடிகள் நகர்ந்திருக்கும். போலீஸ் காரர்கள் மார்ட்டினின் காரை வழிமறித்தார்கள். ஒரு போலீஸ் காரன் அவருடைய லைசென்ஸ், கார் புக் எல்லாவற்றையும் கேட்டான்.

கொஞ்சம் தள்ளி நின்றுகொண்டிருந்த இன்னொரு போலீஸ் காரன் சொன்னான்: 'அவன்தான்யா அந்த எழவெடுத்த கிங்கு.'

பரிசோதனை எல்லாம் முடிந்துவிட்டது. மார்ட்டின் காரை ஓட்டத் தொடங்கிவிட்டார். கொஞ்சம் தூரம் தள்ளி வந்த பிறகு தான் தன்னை இரண்டு போலீஸ்காரர்கள் பைக்கில் பின் தொடர்வதைக் கவனித்தார். மார்ட்டினின் நண்பர் வில்லியம்ஸ் கேட்டார்: 'கிங்! நீங்க எல்லா ட்ராஃபிக் ரூல்ஸையும் ஃபாலோ பண்றீங்கதானே?'

கிங் அதற்குப் பிறகு மிக மெதுவாகக் காரை ஓட்டத் தொடங்கினார். போலீஸ்காரர்கள் பின்தொடர்ந்து வந்து கொண்டிருந்தார்கள். ஓர் இடத்தில் தான் ஏற்றி வந்த பயணிகளை இறக்கி விடுவதற்காக, காரை நிறுத்தினார் மார்ட்டின். பைக்கில் வந்த போலீஸ்காரன் காரை மறித்தான்.

'வெளிய வாங்க கிங். நாங்க உங்களை அரெஸ்ட் பண்றோம். ஒரு மணி நேரத்துக்கு 25 மைல் ஸ்பீடுல ஓட்ட வேண்டிய பகுதியில 30 மைல் ஸ்பீடுல ஓட்டியிருக்கீங்க.'

மார்ட்டின் கேள்வி கேட்காமல் காரை விட்டு இறங்கினார். வில்லியம்ஸையும் லில்லியையும் தன் காரை எடுத்துக் கொண்டு வீட்டுக்குப் போகச் சொன்னார். தன் மனைவியிடம் தகவலை சொல்லச் சொன்னார். கொஞ்ச நேரத்தில் போலீஸ் கார் ஒன்று வந்து மார்ட்டின் அருகே நின்றது. இரண்டு போலீஸ்காரர்கள் கிங்கை உச்சி முதல் பாதம் வரை பரிசோதித்தார்கள். அவரை போலீஸ் காரில் தள்ளினார்கள். கார் பறந்தது.

முதலில் மார்ட்டின் தன்னை போலீஸ்காரர்கள் நகர சிறைச் சாலைக்குத்தான் கொண்டு போகிறார்கள் என்று நினைத்தார். ஆனால், கார் வேறு பாதையில் போய்க் கொண்டிருந்தது. மார்ட்டின் லேசாகக் கலங்கினார். நகரின் மத்தியப் பகுதியில் இருந்து வெகு தூரத்தைத் தாண்டி வந்திருந்தது கார். அதுவரை அவர் பார்த்திராத ஒரு பழைய பாலத்துக்கு அடியில் கார் போனது. போலீஸ்காரர்கள் சட்டத்தை மீற மாட்டார்கள் என்ற நம்பிக்கை இருந்தாலும், அவர்கள் தங்கள் அதிகாரத்தைப் பயன்படுத்தி என்ன வேண்டுமானாலும் செய்வார்கள் என்று பயந்தார் கிங்.

அமைதியாக மனத்துக்குள் வேண்டினார். 'கடவுளே! எனக்கு எது நடந்தாலும் அதைத் தாங்கிக் கொள்கிற சக்தியைக் கொடு.'

பாலத்தைத் தாண்டியதும் கொஞ்ச தூரத்தில் அந்த எழுத்துகள் பளிச்சிட்டதை கிங் பார்த்தார். 'மாண்ட்கோமெரி நகர சிறைச் சாலை'. அந்த நேரத்தில் சிறைச்சாலைக்குப் போவதென்பது மார்ட்டினுக்கு ஏதோ ஒரு பாதுகாப்பான சொர்க்கத்துக்குப் போவதுபோல இருந்தது.

உடைமைகளைப் பெற்றுக்கொண்டு ஜெயிலர், மார்ட்டினை சிறையில் அடைத்தார். வாழ்க்கையில் முதல் முறையாகச் சிறைக்கம்பிகளுக்குப் பின்னால் தள்ளப்பட்டார் மார்ட்டின் லூதர் கிங். சிறைச்சாலை ஜனநாயக விதிகளுக்கு உட்பட்டுதான் இயங்கியது. ஆனால் சிறைச்சாலையிலும் கறுப்பர்களும் வெள்ளையர்களும் தனித்தனியாகத்தான் இருந்தார்கள்.

மார்ட்டின் நிறையப்பேர் இருந்த ஒரு சிறைக் கொட்டடியில் தள்ளப்பட்டார்.

சிறிது நேரம் கழித்து ஜெயிலர் வந்தார். மார்ட்டினை அழைத்தார். ஒரு நீளமான வராண்டாவில் நடந்து, இருவரும் சிறையின் முன் பகுதியில் இருந்த ஒரு சிறிய அறைக்கு வந்து சேர்ந்தார்கள். ஜெயிலர் மார்ட்டினை உட்காரச் சொல்லிக் கட்டளை போட்டார். ஒரு இங்க் பேடில் மார்ட்டினின் கைகளை முரட்டுத்தனமாகப் பதித்து அவருடைய கை ரேகைகள் பதிவு செய்யப்பட்டன, ஒரு குற்றவாளியைப்போல.

அதே நேரத்தில் மார்ட்டின் கைது செய்யப்பட்ட தகவலறிந்து நூற்றுக் கணக்கான மக்கள் சிறைச்சாலைக்குப் படையெடுக்கத் தொடங்கியிருந்தார்கள். முதலில் வந்தது மார்ட்டினின் சிறந்த நண்பர்களில் ஒருவரான ரால்ஃப் அபெர்னாத்தி. அவர் மார்ட்டினை ஜாமீனில் விடச் சொல்லி ஜெயிலரிடம் வாதாடினார். அவரை கோர்ட்டுக்குக் கொண்டுப் போய், சொத்து விவரங்கள் அடங்கிய ஒரு பத்திரத்தைக் காட்டி, சான்றிதழ் வாங்கி வரச் சொன்னார் ஜெயிலர். மணி கிட்டத்தட்ட இரவு 6.30. கோர்ட் மூடியிருக்கும். 'நல்லது. நீங்க விடியிற வரைக்கும் காத்திருக்கத் தான் வேணும். வேற வழியில்ல' என்றார் அதிகாரி.

'நான் மார்ட்டினை இப்போ பார்க்கலாமா?'

'முடியாது. காலையில பத்து மணி வரைக்கும் நீங்க அவரைப் பார்க்க முடியாது' என்றார் ஜெயிலர்.

‘சரி. பணத்தை ரொக்கமாக் கொடுத்தா வாங்கிக்குவீங்களா?’

ஜெயிலர் ஒப்புக்கொண்டார். ரால்ஃப் பணம் கொண்டு வரச் சொல்லி யாருக்கோ போன் போட்டார்.

அதேசமயம் ஜெயிலுக்கு வெளியே கூட்டம் சேரத் தொடங்கி யிருந்தது. நேரமாக ஆகக் கூட்டம் அதிகமாகிக் கொண்டே போனது. ஜெயிலர் பயந்து போனார். மார்ட்டின் இருக்கும் அறைக்கு வந்தார். ‘கிங் நீங்க போகலாம்.’

மார்ட்டின் தன் கோட்டை பாதிகூட மாட்டியிருக்க மாட்டார். ‘போங்க, போங்க’ என்று அவசரப்படுத்தினார் ஜெயிலர்.

மார்ட்டின் வெளியே வந்தார். அவருடைய நண்பர்களும் நலம் விரும்பிகளும் உற்சாகக் குரல் எழுப்பினார்கள். தாற்காலிக மாக அவரை விட்டுப் போயிருந்த தைரியம் மார்ட்டினுக்குத் திரும்ப வந்திருந்தது. அவர் தனிமனிதன் இல்லை என்பதை அவர் உணர்ந்து கொண்டார். கூட்டத்துக்கு விளக்கமாக நடந்ததைச் சொல்லிவிட்டு, வீட்டுக்குக் கிளம்பினார் மார்ட்டின்.

வீட்டிலும் ஒரு பெரிய கூட்டம் அவருக்காகக் கூடியிருந்தது. அதற்கு முன்பு எப்பொழுதும் இல்லாத அளவுக்குக் கறுப்பின மக்களின் விடுதலைக்காகப் போராடும் உத்வேகம் அவர் மனத்தில் அழுத்தமாகப் பதிந்து போனது.

★

போராட்டம் தொடங்கியதிலிருந்தே மார்ட்டின் லூதர் கிங்குக்குத் தொலைபேசியிலும் கடிதத்திலும் கொலை மிரட்டல்கள் வர ஆரம்பித்தன. நாளாக ஆக அவை அதிகமாயின. ஒரு நாளைக்கு முப்பது, நாற்பது மிரட்டல்கள்கூட சில சமயங்களில் வரும். இது ஒரு தொடர்கதையாக இருக்கவே அவற்றை அலட்சியப்படுத்தி னார் மார்ட்டின்.

ஒரு நாள் வெள்ளையினத்தைச் சேர்ந்த நண்பர் ஒருவர் மார்ட்டி னிடம் அவரைக் கொல்ல ரகசியமாக சதி நடக்கிறது என்று சொன்னார். தனக்கு ஏதோ நடக்கக் கூடாதது நடக்கப் போகிறது என்று முதல் முறையாக உணர்ந்தார் மார்ட்டின்.

ஒரு இரவில் நடந்த பிரார்த்தனைக் கூட்டத்தில் கிங் சொன்னார்: 'ஒரு நாள் நான் கொல்லப்பட்டுவிட்டேன் என்ற தகவல் வந்தால் நீங்கள் யாரும் ஆத்திரப்படக் கூடாது. எந்த வன்முறையிலும் இறங்கக் கூடாது. இதே முறையில் அஹிம்சா வழியில் போராட்டத்தைத் தொடர வேண்டும்.' சர்ச்சில் பயங்கரமான அமைதி நிலவியது.

ஒரு நாள் இரவு. அப்பொழுதுதான் மார்ட்டின் படுக்கைக்குச் சென்றார். காரெட்டா ஏற்கெனவே தூங்கிவிட்டிருந்தார். தொலைபேசி அழைத்தது. மார்ட்டின் எடுத்துப் பேசினார்.

'ஹலோ'

'கேளுடா நீக்ரோப் பயலே! உன்னைப் பத்தி எல்லாத்தையும் விசாரிச்சு வச்சிட்டோம். அடுத்த வாரத்துக்குள்ள உன் கதையை முடிச்சுடுவோம். மாண்ட்கோமெரிக்கு வந்ததுக்காக நீ வருத்தப் படப் போறே.' தொலைபேசி துண்டிக்கப்பட்டது.

அன்று இரவு அவருக்குத் தூக்கம் வரவில்லை. இங்குமங்குமாக அலைந்தார். கிச்சன் டேபிளில் உட்கார்ந்து கடைசியாக பிரார்த்தனை செய்யத் தொடங்கிவிட்டார். 'கடவுளே! எனக்கு எது சரின்னு தோணுதோ அதைத்தானே செய்யறேன். எனக்கு ஏன் இப்படியெல்லாம் நடக்குது? நான் என்ன தப்பு செஞ்சேன்?'

அவருக்குள்ளே ஒரு குரல் கேட்டது: 'மார்ட்டின்! உரிமைக்காக எழுந்து நில். நீதிக்காக எழுந்து நில். உண்மைக்காக எழுந்து நில். நான் உன்னுடன் இருப்பேன். இந்த உலகத்தின் இறுதி நாள் வரை உன்னுடன் இருப்பேன்.'

அதற்குப் பிறகு கிட்டத்தட்ட மார்ட்டினின் பயம் போய் விட்டது. மார்ட்டின் எதையும் எதிர்கொள்வதற்குத் தயாராகி விட்டார்.

அந்த இரவுக்குப் பின் மூன்று இரவுகள் கழித்து, ஜனவரி 30, 1956, இரவு பிரார்த்தனைக்காக மார்ட்டின் கிளம்பிப் போனார். இரவு 9.30 மணி. வீட்டின் முன் பகுதியில் யாரோ ஒரு பெரிய செங்கல்லைத் தூக்கிப்போட்டதுபோல ஒரு சத்தம். சில விநாடிகளில் பயங்கரமான வெடிச் சத்தம். வீட்டு வாசல் பகுதி வெடித்துச் சிதறியது.

மார்ட்டின் வீட்டில் வெடிகுண்டு வீசப்பட்ட செய்தி சர்ச்சுக்கு வந்தது. ஆனால் யாருமே அதை மார்ட்டினிடம் சொல்ல வில்லை. தயங்கினார்கள். அவரிடம் எதையோ சொல்வதற்காக வருவார்கள். சட்டென்று விலகிப் போய்விடுவார்கள். மார்ட்டி னுக்கு நடக்கக் கூடாதது ஏதோ நடந்துவிட்டது என்பது தெரிந்து விட்டது. அவர் தனக்கு மிக நெருங்கிய நண்பர்களை அழைத்தார்.

'எதுவா இருந்தாலும் சொல்லுங்க. நான் தாங்கிக்குவேன்' என்றார்.

தயக்கத்தோடு ரால்ஃப் அபெர்னாத்தி சொன்னார்: 'உங்க வீட்டுக்கு பாம் வச்சுட்டாங்க'.

'என் மனைவிக்கும் குழந்தைக்கும் என்ன ஆச்சு?'

'இப்பதான் என்ன ஆச்சுன்னு விசாரிச்சுக்கிட்டு இருக்கோம்.'

அந்தச் சூழ்நிலையிலும் மார்ட்டின் அந்த இரவு பிரார்த்தனையில் ஒன்றை மட்டும் எல்லோருக்கும் வலியுறுத்திச் சொன்னார். 'பிரார்த்தனை முடிஞ்சதும் எல்லாரும் நேரா அவங்கவங்க வீட்டுக்குப் போங்க. நம்ம தத்துவமான அஹிம்சையை மனசுல வச்சுக்கங்க. எந்த வன்முறையிலயும் இறங்காதீங்க. கடவுள் நம்ம போராட்டத்துக்குத் துணையா இருக்காருன்னு நம்புவோம்.'

மார்ட்டின் வீட்டுக்குப் போனார். நூற்றுக்கணக்கான மக்கள் அவர் வீட்டு முன்னால் கோபமாக நின்றுகொண்டிருந்ததைப் பார்த்தார். போலீஸ்காரர்கள் வழக்கம்போல மூர்க்கத்தனமாக கூட்டத்தைக் கலைக்க முயற்சி செய்து கொண்டிருந்தார்கள். கூட்டம், அடங்காமல் திமிறிக்கொண்டு நின்றிருந்தது. நிறையப் பேர் ஆயுதங்களை ஏந்திக்கொண்டு நிற்பதையும் மார்ட்டின் பார்த்தார்.

மார்ட்டின் வீட்டுக்குள் கிட்டத்தட்ட ஓடினார். காரெட்டாவும் குழந்தையும் பத்திரமாக இருப்பதைப் பார்த்ததும்தான் அவருக்கு நிம்மதி வந்தது. காரெட்டா கொஞ்சம்கூடக் கலங்காமல் இருந்தது மார்ட்டினுக்கு ஆச்சரியமாக இருந்தது. எல்லா வற்றையும் நம்ப முடியாமல் ஏற்றுக்கொண்டு காரெட்டா அமர்ந்திருந்தார்.

டைனிங் ஹாலில் மார்ட்டினுக்கு முன்னதாகவே மேயர், போலீஸ் கமிஷ்னர், சில வெள்ளையின பத்திரிகை ரிப்போர்ட் டர்கள் உள்பட நிறையப் பேர் நின்றிருந்தார்கள்.

'நம்ம நகரத்துல எதிர்பாராம நடந்த இந்தச் சம்பவத்துக்காக நாங்க வருத்தப்படறோம்' என்றார் மேயர்.

'நீங்க வருத்தம் தெரிவிக்கலாம். ஆனா இதுக்கெல்லாம் காரணம் உங்களோட தண்டிக்கும் கொள்கைதான். அது இப்போ முடிவுக்கு வந்துடுச்சு' என்று சீறினார் மார்ட்டினுக்கு நெருக்க மான ஒருவர்.

வீட்டுக்கு வெளியே கூட்டம் கட்டுக்கடங்காமல் போய்க் கொண்டிருந்தது. போலீஸாரால் கூட்டத்தைக் கட்டுப்படுத்த முடியவில்லை. ஒவ்வொரு நிமிடமும் மார்ட்டின் வீட்டை நோக்கி வரும் மக்கள் கூட்டம் அதிகமாகிக் கொண்டே இருந்தது. வெள்ளை நிருபர்கள் கோபத்தோடு வரும் இந்தக் கூட்டத்தைப் பார்த்துப் பயந்தார்கள். மேயர், போலீஸ் கமிஷ்னர் ஆகியோரின் முகங்கள் வெளிறிப் போயின.

மார்ட்டின் வெளியே போனார். 'அமைதி' என்றார். கூட்டம் அவருடைய சொல்லுக்குக் கட்டுப்பட்டு சட்டென்று அமைதி யானது. எங்கும் நிசப்தம்.

'நான் நன்றாக இருக்கிறேன். என் மனைவிக்கும் குழந்தைக்கும் ஒன்றும் ஆகவில்லை. நாம் சட்டம் - ஒழுங்கை மதிப்போம். ஆயுதத்தைத் தூக்காதீர்கள். கத்தியைத் தூக்கியவனுக்குக் கத்தியால்தான் சாவு. வன்முறையில் இறங்காதீர்கள். கடவுள் சொன்னதை நினைவுப்படுத்திக் கொள்ளுங்கள். நாம் வன் முறைக்கு இடம் கொடுக்கக் கூடாது. நம் விரோதிகளை நாம் நேசிக்கவேண்டும். அவர்களிடம் அன்பாக நடந்து கொள் ளுங்கள். நீங்கள் அன்பாக நடப்பது அவர்களுக்குத் தெரியட்டும்.

இந்தப் பேருந்துப் புறக்கணிப்புப் போராட்டத்தை நான் தொடங்கவில்லை. உங்கள் குழுத்தலைவனுக்கு உதவச் சொல்லி உங்களைக் கேட்டுக் கொண்டேன். அவ்வளவுதான். எனக்கு இந்த மண்ணின் நீளமும் அகலமும் நன்றாகத் தெரியும். நான் போராட்டத்தைக் கைவிட்டாலும் போராட்டம் நிற்காது. நான் நின்று விட்டாலும் நம் வேலை நிற்காது. உரிமைக்காகப்

போராடிக் கொண்டிருக்கிறோம். நீதிக்காகப் போராடிக் கொண்டிருக்கிறோம். கடவுள் நம்முடன் இருக்கிறார்.'

அவர் பேசியதும், பேரலை போல மக்களுடைய குரல் ஒலித்தது. 'நாங்கள் உங்களுடன் இருக்கிறோம் ஃபாதர்' கூட்டம் அமைதியாகக் கலைந்தது.

மார்ட்டினும் காரெட்டாவும் குழந்தை யோகியும் அன்றைய இரவுப் பொழுதை ஒரு சர்ச் உறுப்பினரின் வீட்டில் கழித்தார்கள். மார்ட்டினால் தூங்க முடியவில்லை. அவர் வீட்டின் மேல் யார் வெடிகுண்டை வீசியிருப்பார்கள் என்று இரவு முழுக்க யோசித்த படி படுத்திருந்தார்.

மார்ட்டின் வீட்டில் குண்டு வீசிய செய்தியை ரேடியோவில் கேட்டார் காரெட்டாவின் தந்தை ஓபி ஸ்காட். உடனே அலறியடித்துக் கொண்டு மாண்ட்கோமெரிக்கு ஓடிவந்தார்.

கொஞ்ச நேரம் பேசிக் கொண்டிருந்துவிட்டு, 'காரெட்டா! நீயும் குழந்தையும் கொஞ்ச நாள் என்கூட வந்து இருங்க. இந்த டென்ஷன் எல்லாம் குறையட்டும்' என்றார் ஸ்காட்.

'என்னை மன்னிச்சுக்கங்கப்பா. என்னால அவரை விட்டுட்டு வர முடியாது. இந்தப் போராட்டம் முழுசா முடியற வரைக்கும் நான் அவரோடதான் இருந்தாகணும்' என்றார் காரெட்டா. ஓபி ஸ்காட் தனியாகத் தன் வீட்டுக்குத் திரும்பிப் போனார்.

அந்த நிகழ்ச்சி நடந்து இரண்டு நாள்கள் கழித்து நிக்சன் வீட்டு நடைபாதையில் இரண்டு டைனமேட் குச்சிகள் வீசியெறியப் பட்டன. ஆனால் யாருக்கும் காயமில்லை. மறுபடியும் கறுப்பின மக்கள் திரண்டார்கள். ஆனால் கட்டுப்பாட்டை இழக்கவில்லை. மார்ட்டினின் அஹிம்சைப் போராட்டம் இரண்டாவது முறையும் வெற்றிபெற்றது.

வெடிகுண்டு நிகழ்வுக்குப் பிறகு நண்பர்களும் சர்ச் அதிகாரிகளும் ஆயுதம் தாங்கிய பாதுகாப்பு வீரர்களை வைத்துக் கொள்ளும்படி மார்ட்டினுக்கு ஆலோசனை சொன்னார்கள். மார்ட்டினின் தந்தையும் இந்த யோசனையை ஏற்றுக் கொள்ளச் சொன்னார். மார்ட்டின் தனக்கு எந்தப் பயமும் இல்லை, பாதுகாப்புக்காக ஆயுதம் எதுவும் தேவை இல்லை என்று மறுத்தார். அவரைக்

காப்பாற்றிக் கொள்ளாவிட்டாலும் குடும்பத்தைப் பாதுகாக்க வேண்டும் அல்லவா! இந்தக் கருத்தை எல்லோரும் திரும்பத் திரும்பச் சொன்னார்கள். அவர்களுடைய திருப்திக்காக மார்ட்டின் நகர ஷெரிப்பிடம் போனார். ஆயுதம் தாங்கிய பாதுகாப்புக்கு விண்ணப்பித்தார். ஆனால் அவருடைய விண்ணப்பம் நிராகரிக்கப்பட்டது.

அதே சமயம், 'அஹிம்சைப் போராட்டத்தை வலியுறுத்தும் நான், என் பாதுகாப்புக்காக ஆயுதங்களையும் பாதுகாப்பு வீரர்களையும் வைத்துக் கொள்வது எந்த விதத்தில் சரி' என்று யோசித்தபடி இருந்தார் மார்ட்டின். அவரும் காரெட்டாவும் பல நாள்கள் இதைப்பற்றிப் பேசி, ஒரு முடிவுக்கு வந்தார்கள். ஆயுதங்கள் தீர்வல்ல.

நண்பர்கள் மற்றும் நலம் விரும்பிகளின் திருப்திக்காக மார்ட்டின் தன் வீட்டைச் சுற்றி இரவுகளில் பல விளக்குகளை பொருத்திக் கொண்டார். ஆயுதம் ஏந்தாத வாட்ச்மேன்களைப் பணியில் அமர்த்திக் கொண்டார். நகரைச் சுற்றித் தனியாக எங்கும் போவதில்லை என்று நண்பர்களுக்கு வாக்குக் கொடுத்தார்.

புரட்சிக்குப் புதிய ஆயுதம்

7

இப்படி ஒரு மக்கள் எழுச்சியை மாண்ட்கோமெரி நகரம் அதுவரை பார்த்ததில்லை. கறுப்பின மக்கள் ஒன்றுபட்டு நடத்தும் பேருந்துப் புறக்கணிப்புப் போராட்டத்தைத் தகர்க்க என்ன செய்வது என்று மண்டையைக் குடைந்து கொண்டார்கள் அதிகார வர்க்கத்தினர். ஒரு முடிவெடுத்தார்கள். அதன்படி மக்கள் கூட்டம் கூட்டமாகக் கைதுசெய்யப் பட்டுச் சிறையில் அடைக்கப்பட்டார்கள்.

பிப்ரவரி 13, 1956. மாண்ட்கோமெரி. நீதிபதிகள் குழு ஒன்று, பேருந்துப் புறக்கணிப்புப் போராட்டம் நடத்துவதில் முக்கியமான நபர்கள் என்று ஒரு பெரிய லிஸ்ட்டைத் தயார் செய்தது. அந்த லிஸ்ட்டில் மார்ட்டின் லூதர் கிங்கின் பெயரும் இருந்தது. அந்த நீதிபதிகள் குழுவில் இருந்தவர்களில் பதினேழு பேர் வெள்ளையர்கள். ஒரே ஒருவர் மட்டும் கறுப்பினத்தைச் சேர்ந்தவர்.

இந்த நடவடிக்கையை அதிகார வர்க்கம் எடுத்தபோது, மார்ட்டின் லூதர் கிங் நாஷ்வில்லியில் (Nashville) உள்ள ஃபிஸ்க் யுனிவர்சிட்டியில் தொடர் லெக்சர் ஒன்றைக் கொடுப்பதற்காகப் போயிருந்தார். அங்கிருந்து அட்லாண்டா திரும்பினார். காரெட்டாவையும் குழந்தை யோகியையும் அட்லாண்டாவில் தன் அப்பா வீட்டில் விட்டுவிட்டுச் சென்றிருந்தார் மார்ட்டின். அவர்களை அழைத்துக்கொண்டு மாண்ட்கோமெரி போகலாம் என்று எண்ணியிருந்தார் மார்ட்டின். அங்கே நிலைமை வேறாக இருந்தது.

மார்ட்டினின் தந்தை மாண்ட்கோமெரியில் நிலவும் நிலைமையை நினைத்து மிகவும் பயந்து போயிருந்தார். மார்ட்டினை போலீஸ் கைது செய்துவிடும் என்று அவர் பயந்தார். மார்ட்டினின் தாய் நிலைமை அவரைவிட மோசம். மார்ட்டின் லூதர் கிங் வீட்டில் வெடிகுண்டு வீசப்பட்டதற்குப் பிறகு அவருக்கு உடல் நிலை மிகவும் மோசமாக ஆகிவிட்டிருந்தது. டாக்டர்களின் அறிவுரைப்படி அவர் படுக்கையிலேயே இருக்க வேண்டியிருந்தது. அப்படி இருந்தாலும்கூட, அடிக்கடி அவருடைய உடல் நிலை மோசமடைந்து கொண்டிருந்தது. இந்தச் சமயத்தில் அந்தத் தாய் அடிக்கடி மார்ட்டினுக்கு போன் பண்ணுவார். மார்ட்டினின் குரலைக் கேட்டால்தான் அவருக்கு நிம்மதி. இப்படியான சூழ்நிலையில் மார்ட்டினை மாண்ட்கோமெரிக்கு அனுப்ப அவருடைய தந்தையும் தாயும் தயாராக இல்லை. மார்ட்டினை அட்லாண்டாவிலேயே இருக்கச் சொன்னார்கள்.

‘அவங்க நிறையப் பேரைக் கைது செய்துட்டாலும் அவங்களோட முக்கியமான நோக்கம் உன்னைக் கைது செய்யறதுதான். அதனால நீ இங்கயே இருந்துடு’ என்று சொன்னார் தந்தை. மார்ட்டின் அவர்களுடைய கட்டாயத்துக்காகக் கொஞ்சநாள் அட்லாண்டாவில் இருந்தார். ஆனால் நீண்ட காலம் அவரால் கையைக்கட்டிக் கொண்டு சும்மா உட்கார்ந்திருக்க முடியவில்லை.

ஒரு நாள், ‘நான் மாண்ட்கோமெரிக்குப் போயே ஆகணும். என் நண்பர்களும் என்னைச் சேர்ந்தவர்களும் கைது செய்யப்பட்டு ஜெயில்ல இருக்காங்க. அவங்களை விட்டுட்டு நான் இப்படி ஒதுங்கி இருக்கறது கோழைத்தனம். நான் ஒரு போராட்டத்தை ஆரம்பிச்சுட்டேன். என்னால திரும்ப முடியாது. திரும்பி வரவே

முடியாத ஓர் இடத்துக்கு நான் போயிட்டேன்' இப்படிச் சொல்லிவிட்டு மாண்ட்கோமெரிக்குக் கிளம்பிவிட்டார் மார்ட்டின்.

மாண்ட்கோமெரியில் எதிர்பார்த்தபடியே மார்ட்டின் லூதர் கிங் கைது செய்யப்பட்டு சிறையில் அடைக்கப்பட்டார். சிறையில் இருந்த நாள்களை ஒரு விடுமுறைக் காலத்தைக் கொண்டாடு வதைப்போல, கைதிகள் கொண்டாடினார்கள். யாருக்கும் பயம் என்பது துளிக்கூட இல்லை. சொல்லப்போனால் கறுப்பின மக்கள் தாங்கள் கைது செய்யப்படுவதை விரும்பினார்கள். நகர ஷெரீஃப்பின் அலுவலகத்துக்குப் படையெடுத்தார்கள் கறுப்பின மக்கள். கைது செய்யப்பட வேண்டிய நபர்களின் லிஸ்ட்டில் தங்கள் பெயர் இருக்கிறதா என்று பார்த்தார்கள். தங்கள் பெயர்கள் இல்லையென்றால் ஏமாற்றம் அடைந்தார்கள்.

இந்த முறை மார்ட்டின், சிறைச்சாலையில் தன் காலடிகளை உறுதியாக எடுத்துவைத்து நடந்தார். சிறைச்சாலையில் அவரைப் புகைப்படம் எடுத்தார்கள். அவருடைய விரல் ரேகை கள் வழக்கம்போலப் பதிவு செய்யப்பட்டன. அதற்குப் பிறகு அவருடைய சர்ச் உறுப்பினர்களில் ஒருவர் ஜாமீன் கொடுக்க மார்ட்டின் சிறையைவிட்டு வெளியே வந்தார்.

மார்ச் 22, 1956. நீதிமன்றத்தில் பேருந்துப் புறக்கணிப்புப் போராட்டத்துக்குக் காரணமானவர்களின் வழக்கு விசாரணைக்கு வந்தது. மார்ட்டினுக்கு 500 டாலர்களையும் கோர்ட் கட்டணத் தையும் அபராதமாக விதித்தார் நீதிபதி. அபராதத்தைக் கட்ட முடியாத சூழ்நிலையில் 386 நாள்கள் சிறைத்தண்டனை அனு பவிக்கவேண்டும் என்று தீர்ப்பானது. மார்ட்டின் அபராதத்தைக் கட்டிவிட்டு வெளியே வந்தார்.

வெளியே நூற்றுக்கணக்கான கறுப்பின மக்களும் நிருபர்களும் தொலைக்காட்சி கேமராமேன்களும் காத்திருந்தார்கள். சாதாரணமாக கோர்ட்டிலிருந்து, குற்றவாளிகள் தொங்கிப் போன முகத்துடன் வெளியே வருவார்கள். மார்ட்டின் சிரித்த முகத்தோடு வெளியே வந்தார். குற்றம் சாட்டப்பட்டிருந் தாலும், தான் குற்றவாளி அல்ல என்பது அவருக்குத் தெரியும். உண்மையில் அவர் செய்த குற்றத்துக்காக அவர் பெருமை யடைந்திருந்தார்.

வீட்டுடனான தொடர்பு கொஞ்சம் கொஞ்சமாக மார்ட்டினுக்கு விலகிப் போய்க்கொண்டிருந்தது. வீட்டில் இருப்பதைவிட அதிகமான நேரங்களை அவர் வெளியே செலவழிக்க வேண்டியிருந்தது. சில சமயங்களில் நாள் கணக்கில்கூட அவர் வீட்டுக்கு வரமாட்டார். கணவர் என்ற முறையில் காரெட்டாவுக்கும் தந்தை என்ற முறையில் குழந்தை யோகிக்கும் செய்ய வேண்டிய கடமைகளை அவரால் சரிவர செய்ய முடியவில்லை.

நீதிக்கான போராட்டம் இன்னும் முடியவில்லை. மார்ட்டினும் கறுப்பின மக்களும் பேருந்துகளைப் புறக்கணித்து நடந்து கொண்டிருந்தார்கள். ஒரு நாள், இரண்டு நாள் அல்ல. மாதக் கணக்கில்.

தனியார் கார்களை வைத்து மக்களை ஏற்றிச் சென்றதற்கான வழக்கு கோர்ட்டுக்கு வந்தது. நகரப் பிரமுகர்கள் இதிலாவது மார்ட்டினுக்கும் இயக்கத்தைச் சேர்ந்தவர்களுக்கும் தண்டனை வாங்கிக் கொடுத்துவிட வேண்டும் என்பதில் முனைப்பாக இருந்தார்கள். இதிலும் முதல் குற்றவாளி மார்ட்டின் லூதர் கிங்தான். அதேசமயம் பேருந்துப் புறக்கணிப்புப் போராட்ட வழக்கு மேல்முறையீட்டுக்குப் போயிருந்தது.

நவம்பர், 13. செவ்வாய்க்கிழமை. அமெரிக்க உச்ச நீதிமன்றம், மேல் முறையீட்டு மனு மீது ஒரு தீர்ப்பை வழங்கியிருந்தது. அலபாமா மாநிலத்தில், பேருந்தில் தனித்தனியே கறுப்பர்களும் வெள்ளையர்களும் பயணம் செய்வது சட்டத்துக்குப் புறம்பானது என்று வலியுறுத்தியிருந்தது.

இந்தத் தீர்ப்பு நீதிமன்றத்தில் காத்திருந்த மார்ட்டினுக்குச் சொல்லப்பட்டதும், அவர் துள்ளிக் குதித்தார். இந்த மகிழ்ச்சியான செய்தியை கோர்ட்டின் பின்பக்க அறையில் காத்திருந்த காரெட்டாவிடமும் ரால்ஃப் அபெர்னாத்தியிடமும் போய்ச் சொன்னார்.

அன்றைக்கு மாண்ட்கோமெரி முன்னேற்ற சங்கத்தின் நிர்வாகிகள் குழு கூட்டப்பட்டது. போராட்டத்தைக் கைவிடுவது என்று நிர்வாகக்குழு முடிவு செய்தது. அதேசமயம், எழுத்துபூர்வமான ஆணை, உச்ச நீதிமன்றத்திலிருந்து வரும்வரை பேருந்தில் ஏறுவதில்லை என்றும் முடிவானது.

நிர்வாகக்குழுவின் முடிவை கறுப்பின மக்களும் ஏற்றுக் கொண்டார்கள். ஆனால் உச்ச நீதிமன்றத் தீர்ப்பில் கடுப்பாகிப் போனார்கள் வெள்ளையர்கள். அன்றைக்கு இரவு கூ க்ளக்ஸ் கிளான் அமைப்பு கறுப்பின மக்கள் மீது தாக்குதல் நடத்தத் திட்டமிட்டிருப்பதாக ரேடியோவில் செய்தி வெளியானது.

மார்ட்டின் லூதர் கிங்கின் தொலைபேசி அலற ஆரம்பித்தது. ஒவ்வொரு ஐந்து நிமிடத்துக்கும் ஒரு மிரட்டல் கால்.

'நீ மட்டும் நீக்ரோ பசங்களை பஸ்ஸுல ஏற விட்டு, முன் சீட்டுல உக்கார வச்சேன்னு வையி. நாங்க ஒரே ராத்திரியில அம்பது நீக்ரோ வீடுகளைக் கொளுத்துவோம். உன் வீட்டையும் சேத்துத்தான்' என்று ஒரு குரல் மிரட்டும்.

'பாரு! இன்னிக்கு ராத்திரி உன் வீட்டை பாம் வச்சு தகர்க்கப் போறோம்' என்று இன்னொரு குரல் மிரட்டும்.

எல்லா அழைப்புகளையும் பொறுமையாகக் கேட்பார் மார்ட்டின். பிறகு மென்மையான குரலில், 'பிரச்னையைத் தீர்க்கறதுக்கு இது வழி இல்ல. அஹிம்சையை நம்புங்க..' என்றுத் தொடங்குவார். கடுப்பாகிப் போய் திட்டத் தொடங்கி விடுவான் மறுமுனையில் பேசிக் கொண்டிருந்தவன்.

சாதாரணமாக கூ கிளக்ஸ் கிளான் அமைப்பினர் வருவதாகச் செய்தி கிடைத்தால், கறுப்பின மக்கள் என்ன செய்வார்கள் தெரியுமா? வீட்டுக்குள்போய் ஒளிந்துகொள்வார்கள். கதவுகளை யும் ஜன்னல்களையும் சாத்திக்கொள்வார்கள். விளக்குகளை அணைத்துவிடுவார்கள்.

ஆனால் இந்த முறை அப்படி எதுவும் நடக்கவில்லை. தெருவில் பளீரென விளக்குகள் எரிந்து கொண்டிருந்தன. மக்கள் இங்குமங்குமாக நடந்து கொண்டிருந்தார்கள். கூ கிளக்ஸ் கிளான் கூட்டத்தைச் சேர்ந்தவர்கள் வந்தபோது, ஒரு சர்க்கஸ் ஊர்வலத்தைப் பார்ப்பதுபோல தெருவில் நின்று அவர்களை வேடிக்கை பார்த்தார்கள். அதற்காகக் கறுப்பின மக்கள் அவர்களை எதிர்த்து சண்டை போடப்போகிறார்கள் என்று அர்த்தமில்லை. அடித்தால் வாங்கிக் கொள்ள அவர்கள் மார்ட்டின் மூலமாகத் தயார்படுத்தப்பட்டிருந்தார்கள். அஹிம்சைப் போராட்டம்.

இப்படி மக்கள் நிற்பதைப் பார்த்துத் திகைத்துப் போனார்கள் கூ கிளக்ஸ் கிளான் அமைப்பினர். சில அடி தூரம் முன்னேறி நடந்து வந்துவிட்டு, இருளில் மறைந்து காணாமல் போனார்கள்.

கறுப்பின மக்களைப் பொறுத்தவரை அவர்களுக்குக் கிடைத்த வெற்றி வெள்ளையர்களுக்கு எதிரானதல்ல; நீதிக்கும் ஜன நாயகத்துக்கும் கிடைத்த வெற்றி.

★

1956, டிசம்பர் 20. உச்ச நீதிமன்ற ஆணை வந்துவிட்டது. ஒரு நாளல்ல, இரு நாளல்ல. 381 நாள்கள் நடந்த அமைதிப் போராட்டத்துக்கு வெற்றி கிடைத்துவிட்டது. பேருந்தைப் புறக்கணித்து மக்கள் நடந்த நடை 'சுதந்தரத்துக்கான நடை' என்று சரித்திரப் பேராசிரியர்களால் வர்ணிக்கப்பட்டது.

அன்று மாலை மாண்ட்கோமெரியில் ஒரு பெரும் கூட்டத்துக்கு ஏற்பாடு செய்யப்பட்டது.

ஏ.எம்.இ. சர்ச்சில் நடந்த கூட்டத்தில் மார்ட்டின் பேசினார். அவர் பேசி முடித்ததும் மக்கள் எழுந்து நின்று கரவொலி எழுப்பினார்கள்.

அடுத்த நாள். சுதந்தரமான பஸ்ஸில் முதல் கறுப்பினப் பயணியாக, தான் பயணம் செய்ய வேண்டும் என்று விரும்பினார் மார்ட்டின். பயணத்தைத் தன் மக்களுக்காகத் தானே தொடங்கி வைக்க வேண்டும் என்று விரும்பினார்.

அதிகாலை 5.55 மணி. பஸ் ஸ்டாண்ட்டுக்குத் தன் நண்பர்களோடு நடந்து போனார் மார்ட்டின். நிருபர்களும் தொலைக்காட்சிக் காரர்களும் மார்ட்டினைச் சூழ்ந்து கொண்டார்கள். கேள்விகள் கேட்டார்கள். மார்ட்டின் அத்தனை கேள்விகளுக்கும் பொறுமை யாகப் பதில் சொன்னார். பஸ் வந்து நின்றது. கதவு திறந்தது. மார்ட்டின் பஸ்ஸில் ஏறினார்.

டிரைவர் புன்சிரிப்போடு மார்ட்டினை வரவேற்றார். மார்ட்டின் தன் பஸ் கட்டணத்தைச் செலுத்தியபோது, அந்த டிரைவர் கேட்டார்: 'நீங்கதானே பாதிரியார் கிங்?'

'ஆமாம்.'

‘உங்களைக் காலையில பாத்ததுல எனக்கு ரொம்ப சந்தோஷம்.’

‘நன்றி.’

அந்தப் பேருந்துப் பயணத்தில் மார்ட்டினுக்குப் பக்கத்தில் கிளென் ஸ்மைலி (Glenn Smiley) என்ற வெள்ளையின பாதிரியார் உட்கார்ந்து பயணம் செய்தார். எல்லாப் பத்திரிகைகளும் இருவரும் ஒன்றாகப் பயணம் செய்யும் புகைப்படத்தை வெளியிட்டன. ஆனால் அத்தோடு மார்ட்டின் லூதர் கிங்கின் நீதிக்கான பயணம் முடிந்துவிடவில்லை. கறுப்பின மக்களின் புரட்சிக்கு மாண்ட்கோமெரி பேருந்துப் புறக்கணிப்புப் போராட்ட வெற்றியின் மூலமாக ஒரு புதிய ஆயுதத்தைக் கொடுத்திருந்தார். அவ்வளவுதான்.

மரணத்தோடு ஒரு கைகுலுக்கல்

8

மார்ட்டின் லூதர் கிங்கும் ரால்ஃப் அபெர்னாத்தியும் அட்லாண்டாவுக்குப் போயிருந்தார்கள். கறுப்பினத் தலைவர்களை ஒன்றுதிரட்டி ஒரு கூட்டம் நடத்த இருந்தார் மார்ட்டின். அது 1957, ஜனவரி 9-ம் தேதி.

அன்று நள்ளிரவில் தொலைபேசி ஒலித்தது. மறுமுனையில் ரால்ஃபின் மனைவி ஜுவனிட்டா (Juanita). பதற்றத்தோடு பேசினார் ஜுவனிட்டா.

'நம்ம வீட்டுக்கு பாம் வச்சுட்டாங்க. நம்ம ஊர்ல இன்னும் நாலஞ்சு இடத்துல பாம் வெடிச்சிருக்கு. எங்கன்னு தெரியல.'

அந்த வெடிகுண்டு வீச்சில் ரால்ஃப்பின் மனைவியும் குழந்தையும் ஒன்றும் ஆகாமல் தப்பித்தது அவர்களது அதிர்ஷ்டம். சிறிது நேரம் கழித்து மறுபடியும் ஜுவனிட்டா பேசினார். நகரத்தில் முதல் பாப்டிசத் திருச்சபை உள்பட நான்கைந்து கறுப்பின மக்களின்

சர்ச்சுகளும் வெடிகுண்டு வைத்துத் தகர்க்கப்பட்டிருப்பதாகச் சொன்னார்.

மார்ட்டினும் ரால்ஃபும் உடனே கிளம்பி மாண்ட்கோமெரிக்கு வந்தார்கள். நேராக ரால்ஃபின் வீட்டுக்குப் போனார்கள். தெருவே அல்லோலகல்லோலப்பட்டுக் கொண்டிருந்தது. நூற்றுக்கணக்கான கறுப்பின மக்கள் கோபத்தோடு நின்று கொண்டிருந்தார்கள். ரால்ஃப் வீட்டு முன் பகுதி மிக மோசமாகச் சிதிலமடைந்திருந்தது. வீட்டிலிருந்த நிறைய பொருள்கள் வெடிகுண்டு வீச்சில் சிதறித் தூள்தூளாகியிருந்தன. அதேபோல, தி பெல் ஸ்ட்ரீட் சர்ச் மற்றும் மவுண்ட் ஆலிவர் பாப்டிசத் திருச் சபை என்ற இரண்டு சர்ச்சுகள் வெடிகுண்டு வீசி கிட்டத்தட்ட தகர்க்கப்பட்டிருந்தன. மேலும் இரண்டு சர்ச்சுகள் கிட்டத்தட்ட பாதி அழிக்கப்பட்டிருந்தன.

இந்த அழிவுக்கெல்லாம் காரணம், மாண்ட்கோமெரி பேருந்துப் புறக்கணிப்புப் போராட்டத்துக்கு உச்ச நீதிமன்றம் கொடுத்த ஆதரவு. மார்ட்டின், அமெரிக்க அதிபர் ஐசனோவரிடம் தொலை பேசியில் பேசினார். அமெரிக்காவின் தென்பகுதிக்கு வந்து உச்ச நீதிமன்றத் தீர்ப்பு குறித்துப் பேசச் சொன்னார். அவர் பேசினால் தென்பகுதி மக்கள் ஒருவேளை சமாதானமடைவார்கள் என்பது அவரது எண்ணம்.

★

சூட்டோடு சூடாக, தென்பகுதி கிறிஸ்தவத் தலைமை மாநாடு (Southern Christian Leadership Conference - SCLC) ஒன்று நடத்தப்பட்டது. உள்ளூரில் நடக்கும் போராட்டங்களுக்கு உதவுவதற்காக, ஒரு நிரந்தர அமைப்பை உருவாக்குவது மாநாட்டின் முக்கியத் தீர் மானங்களில் ஒன்றாக இருந்தது. அந்தக் குழுவின் தலைவராக மார்ட்டின் லூதர் கிங் நியமிக்கப்பட்டார். தென்பகுதி கிறிஸ்தவத் தலைமை மாநாட்டு அமைப்புக்குப் பல நகரங்களில் கிளைகள் தோன்றின. ஆயிரக்கணக்கான மக்கள் உறுப்பினரானார்கள்.

வெடிகுண்டுகள் வீசப்பட்டதில் மக்கள் பயந்துபோனார்கள். நகர ஆணையர்கள் பேருந்துகளை இயக்க வேண்டாம் என்று ஆணை யிட்டார்கள். இதைச் சாக்காக வைத்து உள்ளூர் வெள்ளைப் பிரமுகர்கள் பேருந்துகள் ஓடுவதை ஒட்டுமொத்தமாக நிறுத்த, பஸ் கம்பெனிகளின் லைசென்ஸைப் பறிக்கத் திட்டமிட்டார்கள். இவற்றையெல்லாம் மார்ட்டின் எதிர்கொண்டார். முறியடித்தார்.

ஒரு நாள் சர்ச்சில் பிரார்த்தனையின்போது தன்னைக் கட்டுப் படுத்தமுடியாமல், உணர்ச்சிவேகத்தில் மார்ட்டின் இப்படிச் சொன்னார்: 'கடவுளே! மாண்ட்கோமெரியில் நடக்கும் இந்தச் சுதந்தரப் போராட்டத்தில் ஒருவர் கூட உயிரிழக்கக் கூடாது. ஒரே ஒரு உயிர் பறிபோக வேண்டும் என்றால்கூட அது என் உயிராக இருக்கட்டும்.'

அவருடைய பேச்சைக் கேட்டுக் கலங்கிப் போனார்கள் கறுப்பின மக்கள். 'வேண்டாம்! வேண்டாம்!' என்ற குரல்கள் சர்ச்சின் ஹால் முழுக்க எதிரொலித்தன. மார்ட்டின் தன் போராட்டத்தில் தொடர்ந்து வெற்றி பெற்றதற்கான காரணம் மக்கள் ஆதரவு, மக்கள் அவர்மேல் வைத்திருந்த நம்பிக்கை.

★

கறுப்பினத் தலைவர்களின் வீடுகள் மீதும் சர்ச்சுகள் மீதும் வெடிகுண்டு வீசுவது தொடர்ந்து கொண்டிருந்தது. பஸ் ஸ்டாண் டிலும் கார் ஸ்டாண்டிலும் வெடிகுண்டு வீசினார்கள் இனவெறி யர்கள். அறுபது வயது முதியவர் ஒருவர் வீட்டில்கூட வெடிகுண்டு வீசப்பட்டது. அதே நாளில் மறுபடியும் மார்ட்டின் லூதர் கிங் வீட்டில் வெடிகுண்டு வீசப்பட்டது. இந்த முறை 12 டைனமேட் குச்சிகள். கிங் வீட்டு வாசல் பகுதி நொறுங்கிப்போனது.

ஆத்திரத்தோடு திரண்டு வந்து வீட்டு முன்னால் கூடிய மக்களைப் பார்த்து மார்ட்டின் சொன்னார்: 'எந்தச் சூழ்நிலையிலும் நாம் வன்முறைக்குத் திரும்பக் கூடாது. அஹிம்சையைப் பின்பற்று வது கடினம் என்பது எனக்குத் தெரியும். அதுவும் கிட்டத்தட்ட பத்துக்கு மேற்பட்ட வெடிகுண்டு வீச்சு நடந்திருக்கும் இந்தச் சந்தர்ப்பத்தில் அது மிகவும் கடினமான காரியம்தான். ஆனால் இது கிறிஸ்துவின் வழி; சிலுவையின் வழி. நாம் இழந்ததற் கெல்லாம் ஒரு நாள் இழப்பீடு கிடைக்கும் என்று நாம் நம்புவோம்.'

இந்த வெடிகுண்டுச் சம்பவங்கள் தொடர்பாக, ஏழு வெள்ளை யர்கள் கைது செய்யப்பட்டார்கள். ஆனால் போதுமான ஆதாரம் இல்லாததால் விடுதலை செய்யப்பட்டார்கள்.

★

இந்தச் சிக்கலான காலகட்டத்தில்தான், 1957, அக்டோபர் 23-ல் அவருக்கு ஓர் ஆண் குழந்தை பிறந்தது. பிற்காலத்தில் அந்தக் குழந்தை 'மார்ட்டின் லூதர் கிங் - III' என்று அழைக்கப்பட்டது.

மார்ட்டின், கறுப்பின மக்களுக்கு ஆதரவாக யாராவது குரல் கொடுத்தாலோ செயல்பட்டாலோ அவர்களைப் பாராட்டத் தயங்கியதே இல்லை. 1957, செப்டம்பர் மாதம் அர்கான்சாஸில் இருந்த லிட்டில் ராக் பள்ளியில் கறுப்பின மாணவர்கள் உள்ளே நுழையக் கூடாது என்று வெள்ளையர்கள் கலவரம் செய்தார்கள். அதிபர் ஐசனோவர் ராணுவத்தை அனுப்பியிருந்தார். உடனே மார்ட்டின் ஐசனோவருக்கு ஒரு தந்தி அனுப்பினார். அதில் லிட்டில்ராக் விவகாரத்தில் ஐசனோவர் மேற்கொண்ட நடவடிக்கையை மனமாரப் பாராட்டியிருந்தார்.

அதேபோல, கறுப்பின மக்களுக்கு, அவர்களது போராட்டங் களுக்கு வெற்றி கிடைக்கும்போதெல்லாம் அந்தக் கொண்டாட் டத்தில் பங்கேற்பதில் முதல் ஆளாக இருந்தார் கிங். 1957-ம் வருடம், மார்ச் மாதம் 4-ம் தேதி, பல ஆண்டுகள் பிரிட்டிஷ் ஏகாதிபத்தியத்துக்கு அடிமையாக இருந்த கானா (Ghana) விடுதலையடைந்தபோது, கானாவின் தங்கக் கடற்கரைக்குப் போய் (Gold Coast), சுதந்தரக் கொண்டாட்டங்களில் கலந்து கொண்டார்.

★

1958. அது ஒரு சனிக்கிழமை. மதியப் பொழுது. மார்ட்டின் லூதர் கிங், ஹார்லெம் (Harlem) என்ற டிபார்ட்மெண்ட்டல் ஸ்டோரில் உட்கார்ந்திருந்தார். அவரைச் சுற்றி நூற்றுக்கணக்கான மக்கள். எல்லோரும் ஆளுக்கொரு புத்தகத்தை நீட்ட, மார்ட்டின் புத்தகத்தை வாங்கி ஆட்டோகிராஃப் போட்டுக் கொண்டிருந் தார். அது அவர் எழுதிய புத்தகம். ‘சுதந்தரத்துக்கான நீண்ட நடை’ (Stride Toward Freedom). மாண்ட்கோமெரி பேருந்துப் புறக் கணிப்புப் போராட்டத்தைப் பற்றிய புத்தகம்.

கூட்டத்தை முண்டியடித்துக் கொண்டு ஒரு கறுப்பினப் பெண் மார்ட்டினை நெருங்கினார். ‘நீங்கதான் மார்ட்டின் லூதர் கிங்கா?’ என்று கேட்டார்.

‘ஆமாம்’ வெகு மும்முரமாக ஆட்டோகிராஃப் போட்டுக் கொண்டே, நிமிர்ந்துகூடப் பார்க்காமல் மார்ட்டின் சொன்னார். அடுத்த கணம் அது நிகழ்ந்தது. அவருடைய மார்பில் கூர்மையான கத்தி ஒன்று இறங்கியது. அது கடிதங்களைப் பிரிக்க உபயோகப் படுத்தும் கத்தி. மார்ட்டின் மயங்கி விழுந்தார். மார்பிலிருந்து ரத்தம் பெருகத் தொடங்கியது. மார்ட்டினைக் கத்தியால் குத்திய

அந்தப் பெண்ணின் பெயர் இஜோலா வேர் கர்ரி (Izola Ware Curry). அவர் மனநலம் பாதிக்கப்பட்டவர் என்பது பிற்பாடு தெரிய வந்தது.

மார்ட்டின் உடனே ஹார்லெம் மருத்துவமனைக்கு ஆம்புலன்ஸில் கொண்டு செல்லப்பட்டார். அவருடைய மார்பிலிருந்து கத்தியை எடுத்தார்கள் மருத்துவர்கள். இன்னும் ஒரு இஞ்ச் ஆழத்துக்குக் கத்தி உள்ளே இறங்கியிருந்தால் மார்ட்டினின் இதயம் ஓட்டையாகியிருக்கும். மார்ட்டின் லூதர் கிங்கின் உயிரும் போயிருக்கும்.

அடுத்த நாள் காலை 'நியூ யார்க் டைம்ஸ்' பத்திரிகையில் மார்ட்டின் கத்தியால் குத்தப்பட்ட செய்தி வெளியானது. நான்கு நாள்கள் கழித்து, மார்ட்டின் வீல் சேரில் மருத்துவமனையைச் சுற்றி வரவும் படிக்கவும் அனுமதிக்கப்பட்டார். அவருக்கு நிறைய கடிதங்கள் வந்திருந்தன. எல்லாம் அவருடைய உடல் நலத்தை விசாரித்து எழுதப்பட்டக் கடிதங்கள். அந்தக் கடிதங்களில் ஒரு கடிதம் மார்ட்டினைக் கலங்கடித்துவிட்டது. அந்தக் கடிதத்தை ஒரு சிறுமி எழுதியிருந்தாள்.

'அன்புள்ள டாக்டர் கிங்! நான் வொயிட் பிளெயின் ஹைஸ்கூலில் ஒன்பதாவது பாரம் படிக்கிறேன். நான் ஒரு வெள்ளையினத்தைச் சேர்ந்த பெண். அது முக்கியமில்லை என்றாலும் அதைக் குறிப்பிட விரும்புகிறேன். நீங்கள் கத்தியால் குத்தப்பட்ட சம்பவத்தை நான் பேப்பரைப் படித்துத் தெரிந்து கொண்டேன். இன்னும் கொஞ்சம் ஆழமாகக் கத்தி இறங்கியிருந்தால் நீங்கள் இறந்திருப்பீர்கள் என்று பேப்பரில் போட்டிருந்தார்கள். உங்களுக்கு ஒன்றும் ஆகவில்லை என்பதை நினைத்து நினைத்து நான் மிகவும் சந்தோஷப்படுகிறேன்.'

★

மிக நீண்ட நாள்களாகவே மார்ட்டின் இந்தியாவுக்குப் போக வேண்டும் என்று நினைத்திருந்தார். பேருந்துப் புறக்கணிப்புப் போராட்டத்தை, மார்ட்டின் அஹிம்சை வழியில் நடத்துவதற்கு வழிகாட்டியது காந்தியின் சிந்தனைகள்தான். எனவே, காந்தி வாழ்ந்த மண்ணை ஒரு முறையாவது பார்த்துவிட வேண்டும் என்று துடித்துக் கொண்டிருந்தார் மார்ட்டின்.

அப்பொழுது இந்தியப் பிரதமராக இருந்த ஜவாஹர்லால் நேரு, 1956-ம் ஆண்டு அமெரிக்காப் போயிருந்தார். மார்ட்டின் லூதர்

கிங்கைப் பார்க்க விரும்புவதாகச் சொல்லியிருந்தார். ஆனால், அமெரிக்காவில் இருவரும் சந்தித்துக் கொள்ளும் சந்தர்ப்பம் வாய்க்கவில்லை. நேருவைச் சந்தித்துப் பேச வேண்டும் என்று மார்ட்டின் விரும்பினார்.

1959, பிப்ரவரி *3*. மார்ட்டின், காரெட்டா, மார்ட்டினின் நண்பர் லாரன்ஸ் ரெட்டிக் ஆகிய மூவரும் நியூயார்க்கிலிருந்து இந்தியாவுக்குக் கிளம்பினார்கள்.

மார்ட்டினுக்கு இந்தியாவில் அமோகமான வரவேற்புக் கிடைத்தது. நூற்றுக்கணக்கான இடங்களில் இருந்து விருந்திலும் கூட்டத்திலும் பங்கேற்கச் சொல்லி அழைப்புகள் வந்தன. ஆனால் நேரமில்லாமையால் கிங்கால் அத்தனை அழைப்பு களையும் ஏற்க முடியவில்லை. மார்ட்டின், சில பல்கலைக் கழகங்களிலும் பொதுக்கூட்டங்களிலும் பேசினார். இந்திய கிராமங்களைச் சுற்றிப் பார்த்தார். எல்லா இடங்களிலும் மார்ட்டி னிடம் ஆட்டோகிராஃப் வாங்க மக்கள் அவரை மொய்த்தார்கள். ஒரு முறை விமானத்தில் பயணம் செய்தபோது, இடைப்பட்ட நேரத்தில் பைலட், கேபினில் இருந்து வெளியே வந்து மார்ட்டி னிடம் கையெழுத்து வாங்கிப் போனார்.

மாண்ட்கோமெரியில் நடந்த பேருந்துப் புறக்கணிப்புப் போராட் டத்தை இந்தியர்கள் அறிந்திருந்தார்கள். டெல்லி, கல்கத்தா, மெட்ராஸ், பாம்பே போன்ற நகரங்களில் நடந்த பத்திரிகை யாளர்கள் கூட்டத்தில், நிருபர்களுக்குப் பேட்டியளித்தார் மார்ட்டின். இந்தியப் பிரதமர் நேருவைச் சந்தித்துப் பேசினார். அன்று இரவு நேரு வைத்த விருந்தில் கலந்துகொண்டார். அவர்களோடு சுதந்தர இந்தியாவின் முதல் வைஸ்ராயாக இருந்த லார்ட் மவுண்ட்பேட்டனின் துணைவியார் லேடி மவுண்ட் பேட்டனும் விருந்தில் பங்கேற்றார்.

மார்ட்டின் தென் இந்தியாவுக்கு வந்தார். மதுரை மீனாட்சி யம்மன் கோயிலையும் அங்கிருந்த சிற்பங்களையும் பார்த்து வியந்துபோனார். ரசித்து ரசித்துப் பார்த்தார். அதன்பிறகு பிப்ரவரி 22-ம் தேதி கேரளாவின் தலைநகரான திருவனந்த புரத்துக்கு வந்தார். கேரள மாநிலத்தின் முதலமைச்சராக அப்பொழுது இருந்த இ.எம்.எஸ். நம்பூதிரிபாட், மார்ட்டி னுக்கு மதிய விருந்து அளித்தார். இந்தியாவில் மார்ட்டின், குடியரசுத் தலைவர் ராஜேந்திர பிரசாத், துணைக் குடியரசுத்

தலைவர் ராதாகிருஷ்ணன், ஜெயபிரகாஷ் நாராயணன் ஆகியோரைச் சந்தித்துப் பேசினார்.

இந்தியாவில் அவரை மிகவும் கவர்ந்த தலைவர் காந்தி. மகாத்மா காந்தி உயிரோடு இல்லையென்றாலும் அவர் வாழ்ந்த இடங்களையாவது பார்த்துவிட வேண்டும் என்ற ஆவல் மார்ட்டினுக்கு இருந்தது. மார்ச் 1-ம் தேதி, அம்னியாபாத் ஆஸ்ரமத்துக்கு வந்தார் மார்ட்டின். அன்றையப் பொழுது முழுவதையும் ஆஸ்ரமத்திலேயே கழித்தார். அங்கிருந்துதான் காந்தி தம் உப்பு சத்தியாக்கிரகப் போராட்டத்தைத் தொடங்கியிருந்தார். காந்தி அங்கிருந்து 218 மைல்கள் நடந்து பம்பி (Bambi) வரை போயிருந்தார். காந்தி நடைப்பயணத்தைத் தொடங்கியபொழுது அவருடன் வந்தவர்கள் வெறும் எட்டுப்பேர். காந்தியுடன் சேர்ந்து நடந்த மக்களின் எண்ணிக்கை படிப்படியாக உயர்ந்தது. லட்சக்கணக்கான மக்கள் அந்த உப்பு சத்தியாக்கிரகத்தில் கலந்து கொண்டார்கள். காந்தி ஒரு கைப்பிடி உப்பை அள்ளி ஏகாதிபத்திய அரசின் கொள்கைகளை உடைத்தார்-இவற்றையெல்லாம் கேள்விப்பட்ட மார்ட்டின், உலகில் ஆதிக்க சக்திகளுக்கு எதிராகப் போராட்டம் நடத்த அஹிம்சையைத் தவிர சிறந்த வழி வேறு எதுவும் இல்லை என்ற அசைக்க முடியாத முடிவுக்கு வந்தார்.

★

மாண்ட்கோமெரியில் ஐந்தாண்டு காலம் வாழ்ந்தாயிற்று. இனி அட்லாண்டாவுக்குப் போகலாம் என்று முடிவெடுத்தார் மார்ட்டின். அவர் இந்த முடிவுக்கு வந்ததற்குக் காரணமும் இருந்தது. அட்லாண்டாவில் இருந்தால், அமெரிக்காவின் முழு தென்பகுதியையும் கவனித்துக்கொள்ள நேரம் இருக்கும் என்பது அவரது எண்ணம். அதேபோல, இந்தியாவில் இருந்து திரும்பி வந்தபிறகு வாரத்துக்கு ஒரு நாளாவது அமைதியாக இருக்க வேண்டும், தியானம் செய்ய வேண்டும் என்ற எண்ணமும் அவருக்கு மேலோங்கியிருந்தது.

அதற்கெல்லாம் வசதியான இடம் அட்லாண்டாதான் என்று மார்ட்டின் நினைத்தார். ஆனால் அட்லாண்டாவில் அவர் நினைத்தது நடக்கவில்லை. மார்ட்டினைச் சுற்றி எப்பொழுதும் ஒரு பெருங்கூட்டம் இருந்துகொண்டே இருந்தது.

1960-ம் ஆண்டு. வடக்குக் கரோலினாவில் கிரீன்ஸ்பொரொ என்ற இடத்தில் ஓர் உணவு விடுதி இருந்தது. அங்கு வெள்ளையர்கள்

மட்டும்தான் சாப்பிட முடியும். இது பல காலமாகவே எழுதப் படாத ஒரு விதியாக இருந்துவந்தது.

ஒரு நாள் கறுப்பின மாணவர்கள் சிலர் அந்த ஓட்டலுக்குப் போய் அமர்ந்தார்கள். அவர்களுக்கு உணவு கொடுக்க மறுத்துவிட்டது ஓட்டல் நிர்வாகம். ஆனால் மாணவர்கள் அதற்காகக் கவலைப் படவில்லை. அடுத்த நாளும் அந்த ஓட்டலுக்குப் போனார்கள். அமர்ந்தார்கள். அதற்கடுத்த நாளும் போனார்கள். அந்த மாணவர்களோடு வேறு சில கறுப்பின மாணவர்களும் சேர்ந்து கொண்டார்கள். தினமும் ஓட்டலுக்குப் போவது, நாற்காலிகளில் அமருவது என்பது மாணவர்களின் அன்றாடச் செயலாகவே மாறிவிட்டது. சில நாள்களில் வெள்ளையர்கள் அமர ஒரு இருக்கைகூட இல்லாமல் எல்லா இருக்கைகளையும் ஆக்கிரமித் தார்கள் கறுப்பின மாணவர்கள்.

வெள்ளையர்களின் கோபம் கட்டுக்கடங்காமல் போனது. மாணவர்கள்மீது தாக்குதல் நடத்தினார்கள். ஆனால் ஒரு மாணவன்கூட வெள்ளையர்களைத் திருப்பித் தாக்கவில்லை. கடுமையான ஒரு சொல்லைக்கூட அவர்களுக்கு எதிராகப் பேசவில்லை. அவர்கள் மனத்தில் வேரூன்றியிருந்தது ஒரு போராட்ட வழிமுறை. மார்ட்டின் லூதர் கிங் சொல்லித் தந்தி ருந்த அஹிம்சைப் போராட்டம். வேறுவழியில்லாமல் ஓட்டல் நிர்வாகம் இறங்கி வந்தது. கறுப்பின மக்களுக்கும் உணவு வழங்க ஒப்புக் கொண்டது.

இந்த வெற்றி தந்த உற்சாகத்தில் மாணவர்கள் எல்லா நகரங் களிலும் இந்தப் போராட்டத்தைத் தொடங்கி நடத்திக் கொண்டிருந்தார்கள். பேருந்து நிலையம், ரயில் நிலையம், ஓட்டல்கள், கடைகள், சாலையோர உணவு விடுதிகள் ஆகிய வற்றின் முன்பாக உட்கார்ந்து தர்ணா போராட்டம் நடத்தினார் கள் மாணவர்கள். அவர்களது கோரிக்கை எந்த இடத்திலும் இனப்பிரிவினைக் கூடாது. எல்லா இடத்திலும் கறுப்பின மக்க ளுக்குச் சம உரிமை வேண்டும் என்பதுதான்.

மாணவர்கள் அமைதியாக, அஹிம்சை வழியில் போராட்டம் நடத்தினார்கள். ஆனால் காவல்துறை அவர்களிடம் கடுமையாக நடந்துகொண்டது. கடைகளில் வியாபாரம் பாதிக்கிறது, பொதுமக்களின் சராசரி வாழ்க்கை பாதிக்கப்படுகிறது என்றெல் லாம் காரணம் கற்பித்து, தர்ணா போராட்டத்தை நிறுத்தப்

பார்த்தது. மாணவர்களைக் கைது செய்தது. அவர்களைக் கலைப் பதற்காகக் கண்மூடித்தனமாகத் தடியடி நடத்தியது. கண்ணீர்ப் புகைக் குண்டுகளை வீசியது. சிறையில் தள்ளியது. ஆனால் மாணவர்கள் தொடர்ந்து போராட்டம் நடத்திக்கொண்டிருந்தார் கள். நகரத்துக்கு நகரம் அவர்களது போராட்டம் பரவிக் கொண்டே இருந்தது.

மார்ட்டின் பிரிவினைக்கெதிரான போராட்டத்தைத் தொடர்ந்து நடத்தவேண்டும் என்று நினைத்தார். பள்ளிக்கூடங்கள், பூங்காக்கள், சர்ச்சுகள், உணவு விடுதிகள், பொதுநூலகங்களில் கறுப்பர்களுக்கெதிரான பிரிவினை தொடர்ந்து கொண்டுதான் இருந்தது. சமூகத்திலிருந்து பிரிவினை துடைத்தெறியப்பட வேண்டும் என்று மார்ட்டின் நினைத்தார். அதற்காகக் கறுப்பின மக்கள் எப்படிப்பட்ட துயரத்தை அடையவும் தியாகம் செய்யவும் தயாராகவேண்டும் என்று விரும்பினார். லட்சியத்தை அடைவதற்காக, உயிர்த் தியாகம்கூட செய்யலாம் என்று சொன்னார். அதனால் மாணவர்களின் இந்த அஹிம்சைப் போராட்டத்தைத் தொடர்ந்து நடத்தத் தூண்டினார். அமெரிக்கா வின் ஒட்டுமொத்த உரிமைப் போராட்டத்துக்கான அடை யாளமாக மாணவர்களின் போராட்டத்தைப் பார்த்தார்.

ஜான் கென்னடி அமெரிக்க ஜனாதிபதித் தேர்தலில் போட்டியிட வேட்பு மனு தாக்கல் செய்திருந்தார். அப்பொழுதுதான் மார்ட்டின், அவரை முதன்முதலாகச் சந்தித்தார். அது 1960, ஜூன். மதிய உணவுக்குப் பின் மேஜையில் அமர்ந்து, ஒரு மணி நேரத்துக்கும் மேலாக இருவரும் பேசிக்கொண்டிருந்தார்கள். தான் நினைத்ததை வெளிப்படையாகவே சொன்னார் மார்ட்டின். 'அமெரிக்காவுக்கு ஒரு வலுவான தலைமை தேவைப்படுகிறது.'

★

அட்லாண்டாவில் இருக்கும் ஜார்ஜியாவில் ஓர் உணவு விடுதிக்கு முன்பாக மாணவர்கள் தர்ணாப் போராட்டம் நடத்திக் கொண்டிருந்தார்கள். மாணவர்களை உற்சாகப்படுத்துவதற்காக, அவர்களோடு அமர்ந்திருந்தார் மார்ட்டின். இத்தனைக்கும் அந்தப் போராட்டத்தை அவர் தலைமை ஏற்று நடத்தவில்லை, ஒரு சாதாரணப் பங்கேற்பாளர் அவ்வளவுதான். மாணவர்கள் கேட்டுக் கொண்டதால் தர்ணாவில் கலந்து கொண்டார். ஆனால் காவல்துறை அவர்தான் இந்தப் போராட்டத்துக்கு முக்கியக்

காரணம் என்று சொல்லி அவரைக் கைது செய்தது. அவரோடு 280 மாணவர்களும் கைது செய்யப்பட்டார்கள். எல்லோரும் ஃபுல்டோன் கவுண்ட்டி ஜெயிலில் (Fulton County Jail) அடைக்கப்பட்டார்கள்.

மாணவர்களும் மார்ட்டின் லூதர் கிங்கும் கைது செய்யப்பட்டு ஐந்தாறு நாள்களாகியும் விடுதலை செய்யப்படாததால், கறுப்பின மக்கள் போராட்டம் நடத்தினார்கள். கடையடைப்பு நடந்தது. ஏகாதிபத்தியம் இறங்கி வந்தது. எல்லா மாண வர்களும் ஜாமீன்கூட இல்லாமல் விடுதலை செய்யப் பட்டார்கள், மார்ட்டினைத் தவிர. போலீஸார் மார்ட்டினிடம் ஒரு பேப்பரை நீட்டினார்கள். அதில் அவர் தன்னுடைய தொழிலுக்கு விரோதமாக நடந்துகொண்டார் என்று குற்றம் சாட்டப்பட்டிருந்தது. மார்ட்டினை டிகால்ப் (DeKalb) ஜெயிலுக்கு மாற்றினார்கள்.

1960, மே 4. டிகால்ப் கவுண்ட்டி சிறையில் போலீஸார் மார்ட் டினைப் பரிசோதித்தார்கள். அப்பொழுது அவர் அலபாமா ஓட்டுநர் லைசென்ஸ் வைத்திருப்பது கண்டுபிடிக்கப்பட்டது. அந்த லைசென்ஸை வைத்துக்கொண்டு அட்லாண்டாவில் கார் ஓட்டக் கூடாதாம். மார்ட்டின் கோர்ட்டில் நிறுத்தப்பட்டார். இது மிகவும் சாதாரண கேஸ் என்று மார்ட்டின் நினைத்தார். 25 டாலரோ அல்லது 50 டாலரோ அபராதமாகச் செலுத்தவேண்டி யிருக்கும் என்று நினைத்தார். கோர்ட்டில் இதுபோன்ற வழக்கு இதற்கு முன்பு வந்ததில்லை என்பதும் வெளிப்படையாகத் தெரிந்தது. ஆனால் நீதிபதி மார்ட்டினுக்கு ஆறு மாத சிறைத் தண்டனை விதித்தார். அப்பீலுக்கும் போகக் கூடாது என்று உத்தரவிடப்பட்டது.

மார்ட்டின் டிகால்ப் சிறையில் அடைக்கப்பட்டார். அடுத்த நாள், அதிகாலை மூன்று மணி இருக்கும். போலீஸார் அவரை, மாநிலச் சிறையான ரெயிட்ஸ்வில்லிக்கு அழைத்துப் போனார்கள். அது அட்லாண்டாவிலிருந்து 250 கிலோ மீட்டர் தூரம் தள்ளி இருந்தது. வழியில் போலீஸார் மார்ட்டினை ஒரு பயங்கரமான குற்றவாளியைப்போல நடத்தினார்கள். மார்ட்டினின் கையில் விலங்கை மாட்டி, காலில் சங்கிலியைப் பிணைத்து, போலீஸ் வேனின் தரையில் கிடத்திக் கொண்டு போனார்கள். அப்பொழுதுதான் மார்ட்டின் தப்பித்துப் போக மாட்டாராம்!

அந்தப் பயணம் தந்த கொடுமையான வேதனையைப்போல மார்ட்டின் அதற்கு முன் எப்பொழுதும் அனுபவித்ததில்லை. பசி, தாகம், வெறுமை, தனிமை எல்லாமும் சேர்ந்து அவரைக் கொன்றுகொண்டிருந்தன. ரெயிட்ஸ்வில்லியில் அவரை மிகக் கொடூரமான குற்றவாளிகளுடன் அடைத்தார்கள்.

இந்தச் சூழ்நிலையில் ஜான் கென்னடி, காரெட்டாவை அழைத்துப் பேசினார். காரெட்டா அப்பொழுது கர்ப்பமாக இருந்தார். மார்ட்டினை விடுதலை செய்வதற்குத் தன்னால் என்ன முடியுமோ அவை எல்லாவற்றையும் செய்வதாக உறுதியளித்தார் ஜான் கென்னடி. ஜான் கென்னடி தன் சகோதரர் ராபர்ட் கென்னடியை அழைத்து விஷயத்தைச் சொன்னார். ராபர்ட் கென்னடி அப்பொழுது ஜார்ஜியாவின் கவர்னராக இருந்த எர்னேஸ்ட் வாண்டிவரையும் (S. Ernest Vandiver) நீதிபதி ஆஸ்கர் மிச்சலையும் (Oscar Mitchell) அழைத்துப் பேசினார். அடுத்த நாள் மார்ட்டின் விடுதலை செய்யப்பட்டார். ஜனாதிபதி தேர்தலுக்கு இரண்டு வாரங்கள்தான் இருந்தன.

1960, நவம்பர் 8. ஜான் கென்னடி தேர்தலில் வெற்றிபெற்று அமெரிக்க ஜனாதிபதியானார். அவரது வெற்றிக்கு, வலுவான காரணம், கறுப்பின மக்களிடமிருந்து கிடைத்த அமோக ஆதரவு.

நான் ஒரு கனவு காண்கிறேன்

9

1961-ம் ஆண்டு, ஜனவரி 30-ம் தேதி மார்ட்டினுக்கு மூன்றாவது குழந்தை பிறந்தது. அந்தக் குழந்தைக்கு டெக்ஸ்டர் ஸ்காட் என்று பெயர் வைத்தார்கள். அந்த வருடம்தான் அல்பேனியில் போராட்டம் வெடித்தது. அல்பேனியில் கிட்டத்தட்ட 27,000 கறுப்பின மக்கள் வசித்து வந்தார்கள். ஆனால் மற்ற இடங்களைவிட கறுப்பின மக்களுக்கான கொடுமைகள் இங்குதான் அதிகமாக இருந்தன. கறுப்பின மக்களுக்கு சம உரிமை கிடைக்க வேண்டும் என்பதற்காக, மாணவர்களும் பொதுமக்களும் இணைந்து போராடினார்கள். இந்தப் போராட்டத்தில் நூற்றுக்கணக்கான மக்களும் மாணவர்களும் கைது செய்யப்பட்டார்கள். டாக்டர் டபிள்யூ.ஜி. ஆண்டர்சன் என்பவர்தான் அந்தப் போராட்டத்தைத் தலைமை தாங்கி நடத்திக் கொண்டிருந்தார்.

ஆண்டர்சன், தங்களுடைய போராட்டத்தில் கலந்துகொள்ள வருமாறு மார்ட்டினுக்கு அழைப்பு விடுத்தார். அந்த அழைப்பின் பேரில்

மார்ட்டின் டிசம்பர் 15-ம் தேதி அல்பேனிக்கு விமானத்தில் வந்தார். தூறிக் கொண்டிருந்த மழையைப் பொருட்படுத்தாமல், அங்கிருந்த ஒரு பாப்டிசத் திருச்சபையில் ஆயிரத்து ஐநூறுக்கும் மேற்பட்ட மக்கள் கூடியிருந்தார்கள். சர்ச்சுக்குள்ளே இடம் இல்லாமல், தெருவில் நின்று மார்ட்டினின் உரையைக் கேட்டுக் கொண்டிருந்தார்கள் மக்கள். அல்பேனி போராட்டத்தில் பங்கேற்று கைது செய்யப்பட்ட அனைவரும் அடுத்த நாள் காலை பத்து மணிக்குள் விடுதலை செய்யப்பட வேண்டும் என்று அந்தக் கூட்டத்தில் முடிவு செய்யப்பட்டு, அதிகார வர்க்கத்துக்கு கோரிக்கை வைக்கப்பட்டது.

ஆனால் அடுத்த நாள் யாரும் விடுதலை செய்யப்படவில்லை. எனவே, நகரசபை அலுவலகத்தை மறியல் செய்வதற்காகப் புறப்பட்டது போராட்டக்குழு. போலீஸார் ஊர்வலமாக வந்த கூட்டத்தை வழிமறித்தார்கள். ஊர்வலத்துக்கு அனுமதி உத்தரவு இருக்கிறதா என்று கேட்டார்கள். அனுமதி உத்தரவு எதுவும் போராட்டக் குழுவினரிடம் இல்லை. போலீஸ் கூட்டத்தைக் கலைந்து போகச்சொல்லி எச்சரித்தது. கூட்டம் கலைய மறுத்தது. போலீஸார் போராட்டக் குழுவினரைக் கைது செய்தார்கள். மார்ட்டின் லூதர் கிங்கையும் சேர்த்து மொத்தம் 700 பேர் கைது செய்யப்பட்டுச் சிறையில் அடைக்கப்பட்டார்கள். அந்தப் போராட்டக் குழுவில் மருத்துவர்கள், வக்கீல்கள், படித்தவர்கள், தொழிலாளிகள், பாதிரியார்கள், இல்லத்தரசிகள் என விதவிதமான மனிதர்கள் இருந்தார்கள். எல்லோரும் கூட்டம் கூட்டமாகச் சிறையில் அடைக்கப்பட்டார்கள்.

மார்ட்டின் அல்பேனியில் ஒரு நாள் அல்லது இரண்டு நாள் இருந்துவிட்டுத் திரும்பிப் போய்விடலாம் என்ற எண்ணத்தோடுதான் வந்திருந்தார். இந்தக் கைதை அவர் எதிர்பார்த்திருக்கவில்லை. அபராதம் கட்டினால் விடுதலை செய்துவிடுவோம் என்று காவல்துறை கூறியது. ஆனால் அபராதத் தொகையை கட்டுவதற்கு மார்ட்டின் மறுத்துவிட்டார். கிறிஸ்துமஸ் பண்டிகையைக்கூட சிறையில் கழிப்பது என்று முடிவு செய்துவிட்டார். குறைந்தபட்சம் ஆயிரம்பேர் கைதாகும் வரையாவது போராட்டம் தொடர வேண்டும் என்று விரும்பினார். இறுதியாக அன்று இரவு சிறையில் அடைக்கப்பட்ட 700 பேரும் விடுதலை செய்யப்பட்டார்கள்.

இந்தப் போராட்டம் தொடர்பான வழக்கு 1962-ம் ஆண்டு விசாரணைக்கு வந்தது. மார்ட்டினும் ரால்ஃப் அபெர்னாத்தியும் 45 நாள் சிறைத்தண்டனை அனுபவிக்க வேண்டும் அல்லது 178 டாலர்களை அபராதமாகச் செலுத்தவேண்டும் என்று நீதிமன்றம் தீர்ப்புச் சொன்னது. மார்ட்டின் அபராதம் கட்ட மறுத்துவிட்டார். சட்டத்தை மீறுவது என்று முடிவெடுத்த பிறகு சட்டத்துக்குக் கட்டுப்படவேண்டாம் என்று மார்ட்டினுக்குத் தோன்றியது. அதேசமயம் அல்பேனியில் நடத்திய போராட்டம் நீதிக்காக நடத்தப்பட்ட போராட்டம் என்பதிலும் மார்ட்டின் உறுதியாக இருந்தார். சிறைத்தண்டனையை ஏற்றுக் கொண்டார்.

மூன்று நாள்களைச் சிறையில் கழித்தார் மார்ட்டின். மூன்றாவது நாள் காவலர்கள் அவரையும் ரால்ஃப் அபெர்னாத்தியையும் அழைத்தார்கள். கைதிகளுக்கான உடைகளைக் கழற்றிவிட்டு, சாதாரண உடைகளை அணிந்துகொள்ளச் சொன்னார்கள். போலீஸ் உயர் அதிகாரியான பிரிட்செட்டின் (Pritchett) முன்னால் கொண்டுபோய் நிறுத்தினார்கள். 'உங்களுக்கு விடுதலை, நீங்கள் போகலாம்' என்றார் பிரிட்செட். அவர்களுக்கான அபராதத்தை யாரோ கட்டிவிட்டதாகவும் சொன்னார். யார் கட்டினார்கள் என்ற மார்ட்டினின் கேள்விக்கும் சரியாகப் பதில் வரவில்லை.

இறுதியாக ஒன்றை மட்டும் சொன்னார் பிரிட்செட், 'என்னுடைய சிறையில் நீங்கள் இருப்பதை நான் விரும்பவில்லை.'

இந்தச் சம்பவத்தைப்பற்றி இப்படி எழுதினார் மார்ட்டின்: 'ஓட்டல்களுக்கு முன்பு அமர்ந்து போராட்டம் நடத்தியபோது, கழுத்தைப்பிடித்து எங்களைத் தள்ளியதைப் பார்த்திருக்கிறோம். சர்ச்சுகளில் சம உரிமை கேட்டுப் போராடியபோது, எங்களை அடித்து விரட்டியதைப் பார்த்திருக்கிறோம். சுதந்தரத்துக்காகப் போராட்டம் நடத்தியபோது எங்களை வீசி எறிந்ததைப் பார்த்திருக்கிறோம். ஆனால், முதன்முறையாக ஜெயிலில் இருந்து விரட்டப்பட்டதை அன்றுதான் பார்த்தோம்.'

ஒரு வருட காலமாகப் போராட்டம் நடத்தியும் ஒரு தெளிவான பாதை அல்பேனி போராட்டத்தில் புலப்படவில்லை. இன்னும் சொல்லப்போனால் போராட்டக் குழுவில் ஒழுங்கு சீர்குலைந் தது. ஒரு நாள், போராட்டக்குழுவில் இருந்த கறுப்பு இளைஞர் கள் பொறுமை இழந்தார்கள். போலீஸார் மீது கற்களையும் பாட்டில்களையும் வீசி எறிந்தார்கள். துடித்துப் போனார்

மார்ட்டின். 'நம் போராட்டத்தின் முக்கிய ஆயுதமே அஹிம்சை தானே! இப்படிச் செய்யலாமா?' என்று கடிந்துகொண்டார். அதற்குப் பிராயசித்தமாக ஒரு நாள் உண்ணாவிரதம் இருந்தார்.

அதற்குப்பின் சில நாள்கள் கழித்து, மறுபடியும் மார்ட்டின் கைது செய்யப்பட்டார். இரண்டு வாரங்கள் சிறையில் இருந்தார். பிறகு விடுதலையானார்.

★

மார்ட்டின் லூதர் கிங் முக்கியமானப் போராட்டங்களில் ஈடுபட்டிருந்த சமயங்களில், அவருக்கு உற்சாகம் கொடுப்பது போல சில நிகழ்வுகள் நடைபெற்றன. அவற்றில் ஒன்று குழந்தைகள். **1963**-ம் ஆண்டு மார்ட்டினுக்கு நான்காவது குழந்தையான பெர்னைஸ் அல்பெர்ட்டின் (Bernice Albertine) பிறந்தது. அந்த வருடத்தில்தான் பிர்மிங்காம் (Birmingham) போராட்டம் தொடங்கியது.

பிர்மிங்காம் அமெரிக்காவிலேயே, மிக மோசமாக பிரி வினையைத் தூக்கிப்பிடித்திருந்த நகரம். இரும்பு உருக்குத் தொழிலுக்குப் பேர்போன, வளர்ச்சியடைந்த நகரமாக இருந் தாலும் இனவெறி மிக மோசமாகத் தலைவிரித்தாடிக் கொண்டி ருந்தது. நகரின் மொத்த மக்கள் தொகையில் நாற்பது சதவிகிதம் பேர் கறுப்பின மக்கள். ஆனால், அவர்கள்மீதுதான் அடக்கு முறை தலைவிரித்தாடியது.

அப்பொழுது பிர்மிங்காம் நகரின் போலீஸ் ஆணையராக இருந்தவர் ஈஜீன் புல் கொன்னர் (Eugene "Bull" Connor). இன வெறியர். கறுப்பின மக்களைக் கண்டாலே புல் கொன்னருக்கு ஆகாது. பிர்மிங்காமிலும், மற்ற நகரங்களைப் போலவே, பூங்காக்களிலும் விளையாட்டு மைதானங்களிலும், வெள்ளை யர்களுக்கான சர்ச்சுகளிலும் கறுப்பின மக்கள் நுழையக் கூடாது என்ற தடை இருந்தது. கறுப்பின மக்களின் தொடர் போராட் டங்களால் நீதிமன்றம் தடையை ரத்து செய்தது. ஆனாலும் புல் கொன்னர் போன்றவர்கள் நீதிமன்ற ஆணையை ஏற்க மறுத்தனர்.

கறுப்பின மக்கள் வெள்ளையர்களால் தொடர் தாக்குதலுக்கு ஆளானார்கள். கறுப்பின மக்களின் வீடுகள் மீது வெடிகுண்டுகள் வீசப்பட்டன. கறுப்பர்களுக்கான சர்ச்சுகளிலும் குண்டு வெடித் தது. ஆனால் எந்த வெள்ளையரும் அவற்றுக்காகக் கைது

செய்யப்படவில்லை. மக்கள் பயத்தோடும் பீதியோடும் வாழ்ந்துகொண்டிருந்தார்கள்.

இவற்றையெல்லாம் கேள்விப்பட்ட மார்ட்டின் லூதர் கிங், இந்தச் சமூக ஒடுக்குமுறைக்கு எதிராகப் போராட்டத்தில் குதிக்க முடிவெடுத்தார். ஆனால் உடனே போராட்டத்தைத் தொடங்கி விடவில்லை. திட்டங்களை முறையாகத் தீட்டினார். கறுப்பின மக்களை ஒன்று திரட்டினார். அவர்களுக்கு அஹிம்சை முறை யில் போராடுவதற்குப் பயிற்சி கொடுத்தார். போராட்டத்துக்காக நிதி வசூலித்தார். மார்ட்டினுக்கு பிர்மிங்காம் நகரின் கறுப்பினத் தலைவர்கள் பலர் உதவி செய்தார்கள். மார்ட்டின் தன் பேச்சால் மக்களை காந்தம்போலக் கவர்ந்திழுத்தார். அவர் எங்கு போனாலும் மக்கள் அவர்கூடவே போனார்கள்.

பிர்மிங்காமில் வெள்ளையர்கள் நடத்தும் வர்த்தக நிறுவனங் களுக்கு முன்பாகப் போராட்டம் நடத்த மார்ட்டின் முடிவு செய்தார். குறிப்பாக இனப்பாகுபாடு காட்டும் உணவு விடுதி களின் முன்னால் போராட்டம் நடத்துவது என முடிவு செய்தார். இந்த மாதிரியான உணவகங்களில் கறுப்பர்களுக்கு உணவுகள் கிடைக்கும். ஆனால், அவர்கள் வெள்ளையர் களுடன் சேர்ந்து உணவு உண்ணவோ, வெள்ளையர்களோடு சேர்ந்து உணவு வாங்கவோ முடியாது.

மார்ட்டின் லூதர் கிங் இந்த உணவு விடுதிகளிலிருந்து தன் போராட்டத்தைத் தொடங்கினார். மக்களைத் திரட்டி உணவு விடுதிகளுக்கு முன்பாக அமர்ந்து, அமைதியான முறையில் தர்ணா செய்தார். அதேசமயத்தில் வெள்ளையர்களின் கடை களில் பொருள்களை வாங்காமல் புறக்கணிக்கும் போராட் டமும் தொடங்கியது. நகரில் ஐந்தில் இரு பாகம் கறுப்பர் களாக இருந்ததால் வெள்ளையர்களின் வியாபாரம் பாதித்தது.

மார்ட்டின் லூதர் கிங் தன் தொண்டர்களிடம் பத்து கட்டளை களைப் பின்பற்றச் சொன்னார். இயேசுவின் போதனைகளை வாழ்க்கையில் கடைப்பிடிப்பது; தியானம் செய்வது; சம உரிமைக்காகச் சொந்த விருப்பங்களைத் தியாகம் செய்வது; உடலாலோ, வார்த்தையாலோ, இதயத்தாலோ வன்முறைக்கு இடம் கொடுக்காமல் இருப்பது; தலைவரின் வார்த்தைக்குக் கட்டுப்படுவது... உள்ளிட்ட பத்து கட்டளைகள். இந்தக்

கட்டளைகளை ஓர் அட்டையில் எழுதி ஒவ்வொரு தொண்டரையும் அதில் கையெழுத்துப் போடச் சொன்னார் மார்ட்டின் லூதர் கிங்.

அடுத்த கட்டமாகச் சிறை நிரப்பும் போராட்டம். நகரிலுள்ள மிகப் பிரபலமான வணிக வளாகத்துக்குள் தொண்டர்கள் புகுந்தார்கள். அங்கே ஓர் உணவுக்கூடம் இருந்தது. அங்கு கறுப்பர்கள் நுழையத் தடையும் இருந்தது. அந்த உணவுக் கூடத்துக்குள் முப்பது தொண்டர்கள் நுழைந்தார்கள். கைது செய்யப்பட்டு, சிறைக்குக் கொண்டுபோகப்பட்டார்கள். இந்தப் போராட்டம் தினமும் நடந்தது. பத்து நாள்கள் நடந்த போராட்டத்தில் 450 பேர் கைது செய்யப்பட்டனர்.

ஏப்ரல் 12, 1963. கிங் தலைமையில் ஐம்பதுபேர் மறியல் செய்யக் கிளம்பினார்கள். தடை செய்யப்பட்ட இடத்துக்கு வந்ததும் கைது செய்யப்பட்டார்கள். மார்ட்டினின் நண்பர்களும் நெருங்கியவர்களும் அவரிடம் போராட்டத்தின் வீச்சைத் தளர்த்திக் கொள்ளும்படி சொல்லியும் மார்ட்டின் கேட்கவில்லை. ஏப்ரல் 12-ம் தேதி பிர்மிங்காமில் இருந்த, மார்ட்டின் மீது அபிமானம் கொண்ட சில வெள்ளைப் பாதிரியார்கள் போராட்டத்தைக் கைவிடச் சொல்லி அவருக்குக் கடிதம் எழுதினார்கள்.

ஏப்ரல் 16-ம் தேதி தனிமைச் சிறையில் இருந்தபடியே மார்ட்டின் லூதர் கிங் அவர்களுக்குப் பதில் எழுதினார். 'பிர்மிங்காம் சிறையிலிருந்து கடிதம்' என்ற அந்தக் கடிதம் பின்னாளில் மிகப் பிரபலமானது. மிகச் சிறந்த, புகழ்வாய்ந்த மார்ட்டின் லூதர் கிங்கின் மேற்கோள்கள் அதில் இடம் பெற்றிருந்தன. கறுப்பின மக்கள், நீதிக்குப் புறம்பான சட்டங்களுக்கு எந்தக் காலத்திலும் அடிபணியக் கூடாது என்று அறைகூவல் விடுத்திருந்தார் மார்ட்டின்.

ஏப்ரல் 19, 1963-ல் மார்ட்டின் லூதர் கிங்கும் ரால்ஃப் அபெர்னாத்தியும் ஜாமீனில் விடுதலை செய்யப்பட்டார்கள். போராட்டத்துக்குப் புது வடிவம் கொடுக்கவேண்டும் என்பதற்காகவே மார்ட்டின் சிறையிலிருந்து ஜாமீனில் வெளியே வந்தார்.

மார்ட்டின் கைதானதால் போராட்டத்தின் சூடு தணிந்துவிடவில்லை. மேலும் மேலும் அதிகமானது. கறுப்பின மக்கள் தொடர்ந்து போராட்டத்தில் ஈடுபட்டார்கள்.

மே மாதம் 2-ம் தேதி மட்டும் ஆயிரம் பேருக்கு மேல் மறியலில் ஈடுபட்டுக் கைதானார்கள். மறியல் செய்தவர்களைத் தூக்கி லாரிக்குள் வீசி எறிந்தது போலீஸ். புல் கொன்னார் கறுப்பின மக்களின்மீது வன்முறையை ஏவிவிட்டார்.

மே 3-ம் தேதி மறியல் செய்ய வந்தவர்கள் மீது தடியடி நடத்தியது போலீஸ். தொண்டர்களைக் கடிக்க நாய்கள் அவிழ்த்துவிடப் பட்டன. போராட்டத்தில் கலந்துகொண்ட சிறுவர்களும் சிறுமிகளும் அடித்து நொறுக்கப்பட்டார்கள். ஒரு மூதாட்டியை போலீஸார் ஈவிரக்கமில்லாமல் அடித்து நொறுக்கினார்கள். இவையெல்லாம் புகைப்படங்களாக அடுத்த நாள் செய்தித் தாளில் வந்தபோது, அமெரிக்க மக்கள் அதிர்ந்துபோனார்கள். நாடெங்கும் இதற்கு பலத்த கண்டனம் எழுந்தது.

நிலைமையை இனியும் கட்டுப்படுத்த முடியாது என்பதை உணர்ந்துகொண்ட அமெரிக்க ஜனாதிபதி ஜான் கென்னடி, பர்க் மார்ஷல் என்பவரை பிர்மிங்காமுக்கு அனுப்பி வைத்தார். இரு இனமக்களுக்கும் இடையே பேச்சுவார்த்தை தொடங்கியது. கறுப்பின மக்கள் நான்கு நிபந்தனைகளை முன்வைத்தார்கள்.

★ சிற்றுண்டி விடுதிகள், தேநீர்க்கடைகள், கடைகள், பொதுக் கழிப்பறைகளில் இனப்பிரிவினை கூடாது.

★ கடைகளிலும் தொழில் நிறுவனங்களிலும் இனப்பாகு பாடில்லாமல் பதவி உயர்வு அளிக்கப்பட வேண்டும். கறுப் பின மக்கள் வேலைக்குச் சேர்த்துக்கொள்ளப்பட வேண்டும்.

★ சிறையிலிருக்கும் கிளர்ச்சியாளர்கள் மேல் சுமத்தப்பட்ட குற்றச்சாட்டுகள் திரும்பப் பெறப்பட வேண்டும்.

★ இனப்பிரிவினையை ஒழிக்க இரு இன மக்களையும் கொண்ட ஒரு குழு உருவாக்கப்பட வேண்டும்.

இதன் அடிப்படையில், இரு இனத்தவர்களுக்குமிடையே மே 10-ம் தேதி நான்கு அம்சங்களைக் கொண்ட உடன்பாடு ஏற்பட்டது.

★ இனப்பிரிவினை முறை மூன்று மாதங்களுக்குள் ஒழிக்கப்படும்.

★ இரண்டு மாதங்களுக்குள் மேம்பாட்டுக்கான திட்டங்கள் வரையறுக்கப்படும்.

★ கைது செய்யப்பட்டவர்களை விடுதலை செய்ய அதிகார உதவி வழங்கப்படும்.

★ இரு தரப்பினரின் ஒத்துழைப்புக்காக, இரண்டு வாரங்களுக்குள் ஓர் அமைப்பு உருவாக்கப்படும்.

மார்ட்டின் லூதர் கிங்கின் சகோதரர் டேனியல் கிங்கும் ஒரு பாதிரியார்தான். பிர்மிங்காம் நகரிலிருந்த ஒரு சர்ச்சில் பாதிரியாராக இருந்தார். பிர்மிங்காம் போராட்டம் வெற்றிபெற்றுவிட்டதை வெள்ளையின வெறியர்களால் தாங்க முடியவில்லை. இரு இன மக்களுக்கும் அமைதி உடன்பாடு ஏற்பட்டதற்கு அடுத்த நாள் பிர்மிங்காம் நகரத்தில் இருந்த டேனியல் கிங்கின் வீட்டின்மீது வெடிகுண்டை வீசினார்கள் வெள்ளையின வெறியர்கள். அதே சமயத்தில் மார்ட்டின் தங்கியிருந்த ஓட்டல் மீதும் வெடிகுண்டு வீசப்பட்டது. அதிர்ஷ்டவசமாக, மார்ட்டினும் அவருடைய சகோதரரும் அவருடைய குடும்பத்தாரும் உயிர் தப்பினார்கள்.

கறுப்பின மக்கள் கொதித்துப்போனார்கள். கோபத்துடன் தெருவில் இறங்கினார்கள். வெள்ளை இன வியாபாரிகளின் கடைகள் அடித்து நொறுக்கப்பட்டன, தீ வைக்கப்பட்டன. நிலைமையைச் சமாளிக்கக் கூடுதல் ஆயுதப்படையை பிர்மிங்காமுக்கு அனுப்பினார் ஜனாதிபதி ஜான் கென்னடி. மாநிலத் தலைமை நீதிமன்றம் போலீஸ் கமிஷ்னர் கொன்னரைப் பதவியிலிருந்து இறக்கியது.

★

கறுப்பின மக்களின் கோரிக்கைகளை ஏற்க வேண்டியது அவசியம். இல்லையென்றால் நாடு முழுவதும் போராட்டம் வெடிக்கும் அபாயம் இருக்கிறது என்பதை உணர்ந்து கொண்டார் ஜான் கென்னடி. உடனே சம உரிமை கோரும் மசோதா ஒன்றைத் தயார் செய்து அமெரிக்க நாடாளுமன்றத்துக்கு அனுப்பிவைத்தார். அந்த மசோதாவில் கறுப்பின மக்களைச் சமமாக நடத்துதல், அவர்களை வேலைக்கு எடுத்துக் கொள்ளுதல் உள்ளிட்ட பல அம்சங்கள் இருந்தன.

இதுகுறித்துப் பேச்சுவார்த்தை நடத்துவதற்காக, கறுப்பின மக்களின் தூதுக்குழு ஒன்றை வெள்ளை மாளிகைக்கு அழைத்திருந்தார் ஜான் கென்னடி. 1963, ஜுன் 22-ம் தேதி நடந்த அந்தப் பேச்சுவார்த்தையில் மார்ட்டின் லூதர் கிங்கும் கலந்து கொண்டார்.

வாஷிங்டனில் கறுப்பின மக்களை ஒன்றுதிரட்டி ஒரு பேரணியை நடத்தத் திட்டமிட்டிருந்தார் மார்ட்டின். பேச்சுவார்த்தையின் போது, ஜான் கென்னடி, அந்தப் பேரணி நடத்தும் திட்டத்தைக் கைவிடும்படி கோரிக்கை வைத்தார். நாடாளுமன்றத்தில் இதனால் சிக்கல்கள் எழும் என்றார். கறுப்பின மக்களுக்கு எதிராக வாதாடுபவர்கள் கரங்களை பலப்படுத்துவது போல ஆகிவிடும் என்று சொல்லிப் பார்த்தார். ஆனால், மார்ட்டினும் மற்ற கறுப்பினத் தலைவர்களும் அவருடைய கோரிக்கையை ஏற்க மறுத்துவிட்டார்கள்.

★

1963, ஆகஸ்ட் 28. வாஷிங்டன். கறுப்பின மக்களின் வரலாற்றுச் சிறப்பு மிக்க அந்தப் பேரணி நடந்தது. ஆபிரஹாம் நினை வகத்துக்கு முன்பாக கறுப்பின மக்கள் நண்பகலில் கூடியிருந் தார்கள். மொத்தம் இரண்டரை லட்சம்பேர். மார்ட்டின் தன் வரலாற்றுச்சிறப்பு மிக்க 'நான் ஒரு கனவு கண்டேன்' (I have a dream..) உரையை நிகழ்த்தினார்.

அதுவரை அமெரிக்க வரலாற்றில் கறுப்பின மக்கள் இப்படி ஒன்றுகூடி திரண்டதை அமெரிக்கர்கள் பார்த்ததில்லை. மிரண்டு போனார்கள்.

★

செப்டம்பர் 15, 1963. வாஷிங்டன் பேரணியில் கலந்துகொண்டு, மார்ட்டின் திரும்பிவந்து பதினெட்டு நாள்கள் கழித்து அது நடந்தது. மூன்று கோரமான சம்பவங்கள். அட்லாண்டா நகரில் கறுப்பினக் குழந்தைகளுக்கான ஞாயிற்றுக்கிழமை பள்ளி ஒன்று இருந்தது. அந்தப் பள்ளியின் மீது வெடிகுண்டை வீசினார்கள் இன வெறியர்கள். குண்டு வீச்சில் நான்கு பெண் குழந்தைகள் இறந்து போயின. அதே நாளில் ஒரு வெள்ளை போலீஸ்காரன் ஒரு கறுப்பினக் குழந்தையைக் கொன்றான். அன்றைக்கே அட்லாண் டாவில் நடந்தது இன்னொரு கோர சம்பவம். சைக்கிளில் சென்று கொண்டிருந்த ஒரு கறுப்பின வாலிபனை, வெள்ளையின வெறியர்கள் சிலர் வழிமறித்தார்கள். கொலை செய்தார்கள். இந்தச் சம்பவங்களைக் கேள்விப்பட்டு அதிர்ந்து போனார் மார்ட்டின்.

செப்டம்பர் 18-ம் தேதி அந்தக் குழந்தைகளுக்காக நடைபெற்ற இறுதிச்சடங்கில் கலந்துகொண்டார். அன்று சோகம் பொங்க

மார்ட்டின் லூதர் கிங் இப்படிச் சொன்னார்: 'இந்தக் குழந்தை களோடு நாகரிகமும் மரியாதையும் புதைக்கப்பட்டுவிட்டன.'

★

நவம்பர் 22. அமெரிக்கர்களுக்குத் துக்க தினம். அன்றுதான் ஜனாதிபதி ஜான் கென்னடி டல்லாஸ் நகரில் சுட்டுக் கொல்லப் பட்டார். கென்னடி சுட்டுக் கொல்லப்பட்டதைக் கேள்விப்பட்டு அதிர்ந்து போனார் மார்ட்டின்.

காரெட்டாவிடம் மார்ட்டின் சொன்னார்: 'எனக்கும் இதுதான் நடக்கப்போகிறது. இது ஒரு நோய்வாய்ப்பட்ட சமூகம்...'

அவர் ஒரு தீர்க்கதரிசி. ஏனென்றால் அவர் சொன்னபடிதான் நடந்தது.

அமெரிக்காவிலேயே மிகக் கோபக்கார நீக்ரோ

10

கென்னடிக்குப் பிறகு அமெரிக்க ஜனாதிபதியாகப் பதவி ஏற்றார் லிண்டன் ஜான்சன். 'ஜான் கென்னடி பரிந்துரை செய்துவிட்டுப் போயிருக்கும் சம உரிமைச் சட்டத்தை உடனடியாக அமல்படுத்துவதுதான் அவருக்குச் செய்யும் மரியாதை' என்று நாடாளுமன்றத்தில் அழுத்தமாகச் சொன்னார்.

எத்தனையோ தடைகளைத் தாண்டி, 1964-ம் ஆண்டு, ஜூலை இரண்டாம் தேதி சம உரிமை சட்டம் அமலுக்கு வந்தது. அந்த சட்டத்தில் லிண்டன் ஜான்சன் கையெழுத்திடும் நிகழ்ச்சியில் மார்ட்டின் லூதர் கிங்கும் கலந்து கொண்டார்.

மார்ட்டின் லூதர் கிங் நடத்திய சம உரிமைக்கான போராட்டத்துக்குக் கிடைத்த வெற்றிதான் இந்தச் சம உரிமைச் சட்டம் என்றால் அது மிகையில்லை.

பல மாதங்கள் ஓய்வு ஒழிச்சலில்லாமல் போராட்டங்களில் பங்கேற்றதில் சோர்ந்து

போனார் மார்ட்டின். ஓய்வெடுத்தால் தேவலை என்று தோன்றியது. அதேசமயம், செய்வதற்கு அவருக்கு இன்னும் நிறைய வேலைகள் இருந்தன. ஒரு மருத்துவமனையில் முழு உடல் பரிசோதனையைச் செய்துகொள்வதற்காகப் போனார் மார்ட்டின்.

அடுத்த நாள் காலை அவருக்கு போன் வந்தது. மறு முனையில் காரெட்டா. காரெட்டாவின் குரலில் உற்சாகமும் சந்தோஷமும் பீறிட்டுக் கொண்டிருந்தது.

'மார்ட்டின்! நியூ யார்க் டெலிவிஷன் நெட்வொர்க்கிலிருந்து பேசினார்கள். உங்களுக்கு அமைதிக்கான நோபல் பரிசு கிடைத்திருக்கிறதாம்.'

மார்ட்டினால் நம்பவே முடியவில்லை. 'கனவு காண்கிறோமா, இல்லை கேட்டது நிஜம்தானா?' முதலில் திகைத்தாலும் சந்தோஷப்பட்டார் மார்ட்டின். நோபல் பரிசு தனிப்பட்ட நபரான தனக்குக் கிடைக்கவில்லை. ஒட்டுமொத்த கறுப்பின மக்களுக்கு, அவர்கள் அமைதியான முறையில் நடத்திய போராட்டங்களுக்குக் கிடைத்திருக்கிறது என்று எண்ணிக்கொண்டார்.

1964, டிசம்பர் 10-ம் தேதி, நார்வே நாட்டின் தலைநகரான ஆஸ்லோவில் நோபல் பரிசை வாங்கினார் மார்ட்டின். மிக இளம் வயதில் நோபல் பரிசை வாங்கிய முதல் நபர் மார்ட்டின் லூதர் கிங்தான்.

நோபல் பரிசு வாங்கிய பின் அவர் ஆற்றிய உரையும் உலகப் பிரசித்திபெற்ற ஒன்று. அந்த உரையில் மார்ட்டின் லூதர் கிங் சொன்ன ஒவ்வொரு வார்த்தையும் கறுப்பின மக்களின் நலனையும் எதிர்காலத்தையும் கருத்தில் கொண்டு உதிர்த்த வார்த்தைகள்.

★

'அமெரிக்காவிலேயே மிகக் கோபக்கார நீக்ரோ' என்று வர்ணிக்கப்பட்டவர் மால்கம் எக்ஸ். மார்ட்டின் லூதர் கிங் தீவிரமாகப் போராட்டங்களில் ஈடுபட்டிருந்தபோது, மால்கம் எக்ஸும் கறுப்பின மக்களுக்காகப் போராடிக்கொண்டிருந்தார். ஆனால் மார்ட்டின் அஹிம்சாவாதி. மால்கம் தீவிரவாதத்தைக் கையில்

எடுத்தவர். மார்ட்டின் கத்தோலிக்க மத போதகர். மால்கம் இஸ்லாமிய மதத்தைத் தழுவி, மதபோதகராகவும் இருந்தவர். இருவரும் கறுப்பின மக்களுக்காகத்தான் போராடினார்கள். ஆனால் வெவ்வேறு வழிகளில். இருவருக்கும் கொள்கைகள் வேறு. ஆனால் ஒருவரையொருவர் என்றுமே குற்றம் சாட்டிக் கொண்டதில்லை.

மால்கம் எக்ஸ் சிறுவனாக இருந்தபோது, அவருடைய தந்தை அடித்துக் கொலை செய்யப்பட்டுத் தண்டவாளத்தில் வீசப் பட்டார். மால்கம் எக்ஸின் தந்தையைக் கொலை செய்தவர்கள் கூ கிளக்ஸ் கிளான் அமைப்பைச் சேர்ந்தவர்கள். அந்த நிகழ்ச்சி மாறாத வடுவாக மால்கம் எக்ஸின் மனத்தில் பதிந்துபோயி ருந்தது. ஆரம்பத்தில் அவரும் வெள்ளையர்களைப் போலவே இருக்கத்தான் ஆசைப்பட்டார். வெள்ளையர்களைப் போலவே தன்னுடைய முடியை நேராக வளர்க்கவேண்டும் என்ற ஆசைகூட மால்கம் எக்ஸுக்கு இருந்தது. ஆனால் வெள்ளையர்களின் இன ஒதுக்கல் முறை அவரால் சகிக்க முடியாததாக இருந்தது.

மால்கம் இருபத்தொரு வயதில் ஒரு கிரிமினல் குற்றத்துக்காகச் சிறையில் அடைக்கப்பட்டார். சிறையில் அவருக்கு அறிமுக மானார் ஒரு கறுப்பர். அவர் 'நேஷன் ஆஃப் இஸ்லாம்' அமைப்பைச் சேர்ந்தவர். அவர் மூலமாக ஒரு புதிய உலகம் திறந்தது மால்கம் எக்ஸுக்கு. நிறையப் படித்தார். வாசிப்பு, அவரது வாழ்க்கையையே மாற்றி அமைத்தது. இத்தனைக்கும் எட்டாம் வகுப்பு வரைதான் படித்திருந்தார் மால்கம்.பிறகு இஸ்லாமிய மதத்துக்கு மாறிவிட்டார்.

'அவரால் ஒரு கலவரத்தைத் தூண்டவும் முடியும். ஒரு கல வரத்தை நிறுத்தவும் முடியும்' என்று மால்கம் எக்ஸைப் பற்றிப் பத்திரிகைகள் எழுதின. நெருப்பு மாதிரி இருந்தார் மால்கம்.

மால்கம் எக்ஸ் தன் சுயசரிதையை எழுதினார். எப்படித் தெரியுமா? அவர் சொல்லச் சொல்ல எழுத்தாளர் அலெக்ஸ் ஹெய்லி எழுதுவார்.

'நேஷன் ஆஃப் இஸ்லாம்' அமைப்பிலிருந்து கருத்துவேறுபாடு காரணமாக வெளியேறினார் மால்கம் எக்ஸ். 'முஸ்லிம் மசூதிகள்

கூட்டமைப்பு' என்ற அமைப்பை உருவாக்கினார். பிறகு 'ஆப்பிரிக்க அமெரிக்கர்களின் ஒற்றுமை அமைப்பு' என்ற மதச்சார்பற்ற அமைப்பையும் உருவாக்கினார்.

மார்ட்டினைப் போலவே மால்கம் எக்ஸுக்கும் தொடர்ந்து கொலை மிரட்டல்கள் தொலைபேசியிலும், கடிதம் மூலமாகவும் வந்தவண்ணமிருந்தன. அதையெல்லாம் மால்கம் அவ்வள வாகப் பொருட்படுத்தமாட்டார். 1965-ம் ஆண்டு, பிப்ரவரி 21-ம் தேதி மேடையில் வைத்து மால்கம் எக்ஸ் கொலை செய்யப் பட்டார். மூன்றுபேர் அவரைத் துடிக்கத் துடிக்க, மாறி மாறி சுட்டுக் கொன்றார்கள். அவரது மூன்று குழந்தைகள், மனைவி ஆகியோரின் கண் முன்னே மால்கம் எக்ஸ் மரணமடைந்தார்.

மால்கம் எக்ஸை ஒருமுறை வாஷிங்டன்னில் வைத்துப் பார்த்தி ருந்தார் மார்ட்டின் லூதர் கிங். ஆனால், சூழ்நிலை காரணமாக, ஒரு நிமிடத்துக்கு மேல் அவர்களால் பேசிக்கொள்ள முடிய வில்லை. இருவரின் கொள்கை வேறு வேறுதான். ஆனால், மால்கம் கொலை செய்யப்பட்டதைக் கேள்விப்பட்ட மார்ட்டின் லூதர் கிங் சொன்னார்: 'இந்தப் படுகொலையை எந்தவிதத்திலும் ஏற்றுக் கொள்ள முடியாது.'

★

ஒரு போராளிக்கு ஓய்வு என்பதே இல்லை என்பதற்கு மிகச்சிறந்த உதாரணம் மார்ட்டின் லூதர் கிங். அலபாமா மாநிலத்தில் கறுப்பின மக்களுக்கு வாக்குரிமை கொடுப்பதில் மிக மோசமான பாரபட்சம் நடந்தது. மொத்த மக்கள் தொகையில் நாற்பது சதவிகிதத்துக்கும் மேல் கறுப்பின மக்கள் இருந்தார்கள். ஆனால், கறுப்பின மக்களில் வாக்குரிமை பெற்றவர்கள் சில ஆயிரம் பேர்தான். 1964-ம் ஆண்டு நிறைவேற்றப்பட்ட சம உரிமைச் சட்டத்தை வெள்ளை இன ஆட்சியாளர்கள் பொருட் படுத்தவில்லை. இதை எதிர்த்துப் போராட்டம் நடத்த முடிவு செய்தார் மார்ட்டின்.

பதிவாளர் அலுவலகத்துக்குக் கறுப்பின மக்கள் கூட்டம் கூட்ட மாகப் போனார்கள். அவர்களை உள்ளே நுழையவிடாமல் போலீ ஸும் வெள்ளையின வெறிக் கும்பலும் விரட்டியடித்தது. தப்பித் தவறி உள்ளே நுழையும் கறுப்பின மக்களுக்கு, கல்வி

யறிவு சோதனை நடத்தப்படும். அதில் அவர்கள் தோற்றுப் போவார்கள். 'கல்வியறிவற்றவர்கள்' என அறிவிக்கப்பட்டு வெளியே அனுப்பப்படுவார்கள்.

பதிவாளர் அலுவலகத்துக்குப் படையெடுத்த கறுப்பின மக்கள், கைது செய்யப்பட்டு சிறைக்குள் தள்ளப்பட்டார்கள். மொத்தம் ஏழு வாரத்தில் இரண்டாயிரம் பேர் கைது. கைதின்போது, போலீஸாரால் கொல்லப்பட்டார் ஜிம்மி லீ ஜாக்சன் என்ற மரம் வெட்டும் தொழிலாளி. இந்த அநீதியைக் கண்டு கொதித்துப் போனார் மார்ட்டின். செல்மா என்ற நகரத்திலிருந்து மாண்ட்கோமெரி வரை ஒரு பேரணியை நடத்தத் திட்டமிட்டார். கறுப்பின மக்களைத் திரட்டினார். பேரணி, செல்மா நகரைத் தாண்டும்போது, போலீஸாரால் வழிமறிக்கப்பட்டது. கறுப்பின மக்களை மிருகத்தனமாகத் தாக்கியது போலீஸ். கூடவே வெள்ளையர்களும் சேர்ந்து கொண்டார்கள்.

அடுத்த நாள் பத்திரிகை ஒன்றில் வெளியான ஒரு புகைப் படத்தைப் பார்த்து அமெரிக்காவே ஆடிப்போனது. அந்தப் புகைப்படத்தில், ஒரு பள்ளி மாணவனின் குரல்வளையைக் குறிபார்த்து, காவல்துறையால் பயிற்சி கொடுக்கப்பட்ட நாய் ஒன்று பாய்ந்து கொண்டிருந்தது. கொதித்துப் போனார்கள் மக்கள். கறுப்பின மக்களுக்கு நாடு முழுவதும் ஆதரவு திரண்டது. அமெரிக்க அரசாங்கம் உடனடியாக இந்தப் பிரச்னைக்குத் தீர்வு காணவேண்டும் என்று நிர்ப்பந்திக்கப் பட்டது.

செல்மாவிலிருந்து மறுபடியும் இரண்டாவது தடவையாகப் பேரணியைத் தொடங்கினார் மார்ட்டின். இந்த முறை கறுப்பின மக்களுக்கு ஆதரவாக, நல்ல உள்ளம் கொண்ட சில வெள்ளை யின மக்களும் கலந்து கொண்டார்கள். இந்த முறையும் பேரணி யில் வந்தவர்கள் மீது தாக்குதல் நடந்தது. பாஸ்டன் நகரிலிருந்து வந்திருந்த ஜேம்ஸ் ரீப் என்ற வெள்ளையினத்தைச் சேர்ந்த பாதிரியாரை அடித்தே கொன்றது இனவெறிக் கும்பல். வயோலா லூஸ்ஸோ என்ற வெள்ளையினத்தைச் சேர்ந்த பெண்மணியும் கொல்லப்பட்டார்.

மனம் தளர்ந்துவிடவில்லை மார்ட்டின். மூன்றாவது பேரணியை நடத்தத் திட்டமிட்டார். இந்த முறை உதவிக்கு வந்தது

அரசாங்கம். வெள்ளை மாளிகையிலிருந்து ராணுவத்தினர் வந்தார்கள். அவர்கள் உதவியுடன் பேரணி நடந்தது. செல்மா போராட்டத்தில் உயிரை இழந்தவர்கள் மொத்தம் மூன்று பேர். பல ஆயிரக்கணக்கானோர் படுகாயம் அடைந்தார்கள். போராட்டத்தில் குதித்த மூவாயிரத்து எண்ணூறுபேர் கைது செய்யப்பட்டார்கள். போராட்டம் வெற்றிபெற்றாலும் மார்ட்டினின் நோக்கம் வெற்றிபெறவில்லை. போராட்டத்துக்குப் பிறகு வாக்காளர்களாகப் பதிவு செய்யப்பட்ட கறுப்பின மக்களின் எண்ணிக்கை வெறும் ஐம்பது.

ஆனால் போராட்டத்துக்கு வேறு விதத்தில் வெற்றி கிடைத்தது. 1965-ம் ஆண்டு, ஆகஸ்டு மாதம் 6-ம் தேதி, கறுப்பின மக்களுக்கான வாக்களிக்கும் உரிமைச் சட்டம் நிறைவேற்றப்பட்டது. ஜனாதிபதி ஜான்சன் அந்தச் சட்டத்தில் கையெழுத்துப் போட்டார்.

★

அமெரிக்காவின் தென் பகுதியில் இன ஒதுக்கல் முறை. வடக்குப் பகுதியில் கறுப்பின மக்களுக்கு சட்டபூர்வமான உரிமைகள். இனப்பாகுபாட்டைச் சகிக்கமுடியாத கறுப்பின மக்கள், வடக்குப் பகுதிக்குக் குடிபெயர்ந்தார்கள். ஆனால் வேலை வாய்ப்பு இல்லை. வறுமை, பசி, பட்டினி, தங்குவதற்கு இடமில்லை. இளைஞர்கள் பலர் போதைப் பழக்கத்துக்கு ஆளானார்கள். தொற்றுநோய் பரவியது. கறுப்பின மக்கள் நொந்து நூலாகிப் போனார்கள். வறுமையால் சிசுக் கொலை என்பது கறுப்பின மக்களிடையே சர்வ சாதாரணமான நிகழ்வாகிப் போனது. கறுப்பின மக்களுக்கும் போலீஸுக்கும் இடையே அடிக்கடி மோதல்கள் எழுந்தன.

லாஸ் ஏஞ்சல்ஸ் நகரில் அப்படி எழுந்த ஒரு சின்ன மோதல், ஒரு பெரும் கலவரமாக வெடித்தது. கலவரத்தில் முப்பத்துநான்கு கறுப்பின மக்கள் கொல்லப்பட்டார்கள். சுமார் அறுநூறு கட்டடங்கள் தகர்க்கப்பட்டன. இருநூறு கட்டடங்கள் முழுவதும் தீக்கிரையாகின. 150 மாவட்டங்களில் தீவைப்புச் சம்பவங்கள் நடைபெற்றன. நிலைமையைக் கட்டுக்குள் கொண்டுவர ராணுவம் வந்து சேர்ந்தது. நான்காயிரம்பேர் கைது செய்யப்பட்டார்கள்.

இந்தப் பிரச்னை காரணமாக, உள்ளூர் குழுக்கள் அழைத்ததன் பேரில் மார்ட்டின் லூதர் கிங் லாஸ் ஏஞ்சல்ஸ் நகருக்கு 1965, ஆகஸ்டு 17 அன்று வந்தார். மார்ட்டின் லூதர் கிங் தலைமையில் பதினைந்தாயிரம் கறுப்பின மக்கள் கலந்துகொண்ட பேரணி நடந்தது. அமெரிக்காவின் வடபகுதியில் இருக்கும் பல நகரங் களுக்கு மார்ட்டின் லூதர் கிங் பயணம் செய்தார். அங்கே கறுப் பின மக்கள் பல குழுக்களாகப் பிரிந்து கிடந்தார்கள். அவர்களை ஒன்றிணைக்க மார்ட்டின் லூதர் கிங் எடுத்த அத்தனை முயற்சிகளும் தோல்வியில் முடிந்தன. வடபகுதி கறுப்பின மக்களின் போராட்டத்துக்குத் தானே வழிகாட்ட வேண்டும் என்று முடிவு செய்தார் மார்ட்டின்.

1965-ம் ஆண்டு அக்டோபர் மாதத்தில் சிகாகோ நகரில் ஒரு வீட்டை வாடகைக்குப் பிடித்து காரெட்டாவுடன் அங்கேயே தங்கினார். மிக மோசமான, குப்பைகள் சூழ்ந்த பகுதி. மிகச் சிறிய வீடு. எல்லாவற்றையும் கொஞ்சம்கூட முகம் சுளிக்காமல் பொறுத்துக் கொண்டார் மார்ட்டின். வாரத்துக்கு மூன்று நாள்கள் சிகாகோவில் இருப்பார். மற்ற நாள்களில் அட்லாண்டாவுக்குப் பயணமாவார்.

1966-ம் ஆண்டு, ஜூலை 10. சிகாகோ நகரில் மிக பிரம்மாண்ட மான பேரணி ஒன்றை நடத்தினார் மார்ட்டின். பேரணியில் நாற்பத்தைந்தாயிரம் பேர் கலந்து கொண்டார்கள். பேரணி முடிந்ததும் நடைபெற்ற பொதுக் கூட்டத்தில், மார்ட்டின் சில முக்கியமான திட்டங்களை முன் வைத்தார்.

★ பொதுப் பள்ளிகள் ஒன்றிணைக்கப்பட வேண்டும்.

★ பள்ளிகளுக்கான நிதி ஒதுக்கீட்டை இரட்டிப்பாக்க வேண்டும்.

★ 'கெட்டோ' என்று அழைக்கப்படும் பாழடைந்த குடியிருப்புப் பகுதிகளான கறுப்பின மக்கள் வசிக்கும் பகுதிகளுக்குப் போக்குவரத்து வசதிகளை அதிகப்படுத்த வேண்டும்.

★ எல்லா மாவட்டங்களிலும் மக்கள் தொகைக்கேற்ப நகராட்சி வசதிகள் அளிக்கப்படவேண்டும்.

★ நகர்ப்புறங்களில் குறைந்த வாடகைக்கு நகராட்சிக் குடி யிருப்புகளைக் கட்டவேண்டும்.

மார்ட்டின் லூதர் கிங் முன் வைத்த இந்தத் திட்டங்களைக் கறுப்பின மக்கள் பெரிதும் வரவேற்றார்கள்.

கறுப்பின மக்கள் பாரபட்சமாக நடத்தப்பட்டாலும் அவர்களைப் பயன்படுத்திக் கொள்ள அமெரிக்க அரசாங்கம் தயக்கம் காட்டியதே இல்லை. அமெரிக்கா, வியட்நாமை ஆக்கிரமித்த போது கறுப்பின மக்கள் பலியாடுகளாகப் போனார்கள். இல்லை, அமெரிக்க அரசால் அனுப்பப்பட்டார்கள். வியட்நாம் காடுகளில் புகுந்து ஆக்கிரமிப்பு செய்த அமெரிக்க அரசு வருடமொன்றுக்கு அதற்காக, 2400 கோடி டாலர்களைச் செலவு செய்தது.

வியட்நாமை எப்படியாவது அடிமைப்படுத்திவிடவேண்டும் என்ற வெறியில் இருந்தது அமெரிக்கா. லட்சக்கணக்கான போர் வீரர்களையும் ஆயுதங்களையும் தெற்கு வியட்நாமுக்குள் அனுப்பிக் கொண்டே இருந்தது. 1965-ம் ஆண்டு கூடுதலாக ஐம்பதாயிரம் ராணுவத்தினரை அனுப்பியது.

வியட்நாமில் அமெரிக்கப் படைகள் ஆடிய ஆட்டம் கொஞ்ச நஞ்சமல்ல. வரலாற்றின் மிக மோசமான குருதிப்பக்கங்கள் அவை.

எப்பொழுது விழும், எங்கு விழும் என்று தெரியாத அளவுக்கு விமானங்கள் வெடிகுண்டுகளைப் பொழிந்துகொண்டே இருந்தன. காடுகளும் வயல்களும் தரிசு நிலங்களாயின. குடியிருப்புப் பகுதிகள் மண் மேடுகளாக மாறின. மலைபோல் பிணங்கள். பெண்கள் பாலியல் பலாத்காரத்துக்கு ஆளானார்கள். பெரும் பணக்காரராக இருந்த ஒரு வியட்நாம் குடிமகன் ஒரே நாளில் பிச்சைக்காரராகி நடுத்தெருவுக்கு வந்தார்.

மார்ட்டின் லூதர் கிங் அமெரிக்காவின் இந்த அட்டகாசத்தைக் கடுமையாக எதிர்த்தார். 1967-ம் ஆண்டு ஏப்ரல் 4-ம் தேதி நியூயார்க் நகரத்தில், ரிவர்சைட் சர்ச்சில் வியட்நாம் போர் எதிர்ப்பை வெளிப்படையாகத் தெரிவித்தார்.

வியட்நாம் போரை ஒவ்வோர் அமெரிக்கரும் உணர்வுபூர்வமாக எதிர்க்க வேண்டும் என்று சொன்னார்.

அமெரிக்காவைப் பற்றி இப்படிச் சொன்னார்: 'சமூக முன்னேற்றத்துக்கான திட்டங்களைவிட, ராணுவப் பாதுகாப்புக்காக

ஒவ்வொரு ஆண்டும் நிதி ஒதுக்கும் ஒரு நாடு, அதனுடைய தார்மீக மரணத்தை நெருங்கிக் கொண்டிருக்கிறது...'

வியட்நாம் யுத்த எதிர்ப்புப் பிரசாரத்துக்கு மார்ட்டின் லூதர் கிங்கின் இந்தப் பேச்சு, பக்கபலமாக இருந்தது. ஆனால், மார்ட்டின் மீது கோபப்பட்டார்கள், யுத்த வெறியர்களும் ஆயுத உற்பத்தியாளர்களும். மார்ட்டின் லூதர் கிங்கைக் கட்டம் கட்டினார்கள். அவருடைய மரணத்துக்கு நாள் குறித்தார்கள்.

கடவுளின் விருப்பம்

11

அமெரிக்கா. டென்னஸி மாநிலம். மெம்பிஸ் நகரம்.

மெம்பிஸ் நகரில் துப்புரவுத் தொழிலாளர்கள் மொத்தம் 1,300 பேர். துப்புரவுத் தொழிலாளர் களின் தொழிற்சங்கம் இரண்டு கோரிக்கை களை வைத்தது.

ஒன்று - ஊதிய உயர்வு வேண்டும்.

இரண்டு - தொழிற்சங்கத்தை அங்கீகரிக்க வேண்டும்.

நிர்வாகம் பணிய மறுத்தது. ஒட்டுமொத்தத் தொழிலாளர்களும் வேலை நிறுத்தத்தில் இறங்கினார்கள். நாற்பது நாள்களுக்கு மேலாக வேலை நிறுத்தப் போராட்டம் நடந்தும் நிர்வாகம், கீழிறங்கி வர மறுத்தது. இப்பொழுது தொழிலாளர்களுக்குத் தேவை மக்கள் ஆதரவு. அப்பொழுதுதான், நிர்வாகமும் கீழிறங்கி வரும். மார்ட்டின் லூதர் கிங் அதற்காக ஒரு பேரணியை நடத்தத் திட்டமிட்டார். மெம்பிஸ் வந்தார்.

1968-ம் ஆண்டு மார்ச் 28. லூதர் கிங் தலைமையில் பேரணி. அவருக்குப் பின்னே ஆயிரக்கணக்கான கறுப்பின மக்கள். கூடவே பேரணியைச் சுற்றி வளைப்பதுபோல இருபுறமும் ஆயுதங்களை ஏந்திய போலீஸார்.

வழியில் கலவரம் வெடித்தது. பாதி தூரம் பேரணி வந்து கொண்டிருந்தபோது, சில கறுப்பின இளைஞர்கள் ஊர்வலத்துக் குள் நுழைய முயன்றார்கள். தடுத்தது போலீஸ். வாக்குவாதம் சண்டையில் போய் முடிந்தது. போலீஸார் மீது கற்கள் வீசப்பட பெரும் கலவரம் மூண்டது. மார்ட்டின் ஒரு காருக்குள் திணிக்கப் பட்டு, பாதுகாப்பான இடத்துக்குக் கொண்டுபோகப்பட்டார்.

ஊரடங்கு உத்தரவு பிறப்பிக்கப்பட்டது. கலவரத்தில் ஓர் இளை ஞன் இறந்திருந்தான். அறுபதுக்கும் மேற்பட்டவர்களுக்குக் காயம். இருநூறு பேருக்கு மேல் கைது. மனமொடிந்து போனார் மார்ட்டின். அவரால் ஜீரணிக்க முடியாதது வன்முறைச் சம்பவங்களை மட்டும்தான். ஆனாலும், மறுபடியும் மெம்பிஸ் நகரில் பேரணி நடத்துவது என்ற திட்டத்தில், மார்ட்டின் உறுதியாக இருந்தார். ஏப்ரல் எட்டாம்தேதி மறுபடியும் பேரணி நடைபெறும் என்று அறிவித்தார்.

★

1968-ம் ஆண்டு ஏப்ரல் 3. மெம்பிஸ் நகருக்கு வந்து சேர்ந்தார் மார்ட்டின். பொதுவாக மார்ட்டின் கறுப்பின மக்கள் நடத்தும் ஓட்டல்களில் தங்குவதுதான் வழக்கம். அதனால் மார்ட்டினின் நண்பர்கள் அவருக்கு லாரெய்ன் என்ற ஓட்டலில், இரண்டாவது மாடியில் உள்ள ஓர் அறையைப் பதிவுசெய்து வைத்திருந்தார்கள். அங்கு வந்து தங்கினார் மார்ட்டின்.

அன்று மாலை பிஷப் சார்லஸ் ஜே.மேசான் தேவாலயத்தில் உணர்ச்சிகரமாகப் பேசினார். மரணம் அவரை நெருங்கி வருவதை அறிந்திருந்ததைப்போலப் பேசினார்.

'...என்னுடைய உயிருக்கு ஆபத்து என்று சிலர் சொல்கிறார்கள். விரக்தி அடைந்திருக்கும் வெள்ளைச் சகோதரர்களால் எனது உயிருக்கு ஆபத்து ஏற்படும் என்று அவர்கள் சொல்கிறார்கள். என்ன நடக்கப்போகிறது என்று எனக்குத் தெரியாது. நமக்கு முன்னால் சில சிரமமான நாள்கள் உள்ளன. எல்லோரையும் போல நானும் நீண்டநாள் வாழ விரும்புகிறேன். ஆனால் அதைப்

பற்றி நான் இப்பொழுது கவலைப்படவில்லை. கடவுளின் விருப்பத்தை நிறைவேற்றவே நான் விரும்புகிறேன்..'

★

ஏப்ரல் 4. மார்ட்டின் லூதர் கிங் தங்கியிருந்த லாரெய்ன் ஓட்டலுக்கு எதிரே இருந்த ஓட்டலுக்கு வந்தான் ஓர் இளைஞன். அவன் பெயர் ஜேம்ஸ் ஏர்ல் ரே (James Earl Ray). மார்ட்டின் லூதர் கிங்குக்கு எமன்.

சூரிய வெளிச்சம் படக்கூடிய அறை ஒன்று வேண்டும் என்று கேட்டான். உரிமையாளர் அவன் கேட்டபடியே அறையை ஏற்பாடு செய்து கொடுத்தார். அவன் தன் அறைக்குள் வந்தான். கதவை மூடினான். அறையைச் சுற்றி நோட்டம் விட்டான். அவன் எதிர்பார்த்தபடியே, குளியலறையிலிருந்து பார்த்தால், மார்ட்டின் லூதர் கிங் தங்கியிருந்த அறை தெரிந்தது. அவனுக்கு வேலை சுலபமாகிவிட்டது. துப்பாக்கியை எடுத்துக் குறி பார்த்தான். திருப்தியாக இருந்தது.

மார்ட்டினைச் சந்திக்க நிறையப் பேர் வந்தார்கள். அவர்களுடன் பேசிக் கொண்டிருந்தார் மார்ட்டின். அன்று மாலை ஆறு மணிக்கு அவர் ஒரு நண்பரைச் சந்திப்பதாக இருந்தார். எனவே, அவரைப் பார்ப்பதற்காக அறையை விட்டு வெளியே வந்தார். பால்கனியில் வந்து நின்றார். அவரோடு ஜெஸ்ஸி ஜாக்சன் என்ற பாதிரியாரும் நின்றிருந்தார்.

ஜேம்ஸ் ஏர்ல் ரே, மார்ட்டினின் நெற்றிக்குக் குறிவைத்து சுட்டான். குண்டு மார்ட்டினின் கழுத்தில் பட்டது. துள்ளி விழுந்தார் மார்ட்டின். ஜெஸ்ஸி ஜாக்சனை வேதனையோடு பார்த்தார். இறந்து போனார். ஜேம்ஸ் ஏர்ல் ரே, துப்பாக்கியை எறிந்துவிட்டு, ஒரு வெள்ளை நிறக்காரில் ஏறித் தப்பி ஓடினான்.

மார்ட்டின் லூதர் கிங் மரணமடைந்த செய்தி தீ போலப் பரவியது. நூற்றுக்கும் மேற்பட்ட நகரங்களில் கலவரம் வெடித்தது. வாஷிங் டன் நகரமே பற்றி எரிந்தது. வெள்ளையர்களின் கடைகள் அடித்து நொறுக்கப்பட்டன, தீ வைக்கப்பட்டன. இயந்திரத் துப்பாக் கிகளுடனும் பயங்கரமான ஆயுதங்களுடனும் ராணுவம் பல பகுதிகளைச் சுற்றி வந்து கலவரத்தை அடக்கியது. வாஷிங்டன் நகரில் ஊரடங்குச் சட்டம் போடப்பட்டது. சிகாகோ, பால்டி மோர், டெட்ராய்ட், சின்சினாட்டி...எனப் பல நகரங்களில் கலவரம் வெடித்தது.

அமெரிக்க தேசியக் கொடி, அரைக் கம்பத்தில் பறக்கவிடப் பட்டது. ஜனாதிபதி ஜான்சன் ஏப்ரல் ஏழாம் தேதியை, மார்ட்டின் லூதர் கிங் நினைவாக, துக்க தினமாக அறிவித்தார். மார்ட்டின் லூதர் கிங்கின் உடல் அட்லாண்டாவுக்குக் கொண்டு செல்லப் பட்டது. அங்கிருந்த இறையியல் கல்லூரியில் அவரது உடல் மக்கள் அஞ்சலி செலுத்துவதற்காக வைக்கப்பட்டது. நாட்டின் பல பகுதிகளில் இருந்தும் லட்சக்கணக்கான மக்கள் வந்து குவிந்தார்கள்.

ஏப்ரல் 9. அவருடைய இறுதி ஊர்வலத்தில் ஒன்றரை லட்சம் மக்கள் கலந்து கொண்டனர். அவர் பாதிரியாராகப் பணியாற்றிய எபினேசர் பாப்டிசத் திருச்சபையில் இறுதிப் பிரார்த்தனை நடந்தது. அதன்பிறகு, மார்ட்டின் லூதர் கிங்கின் உடல் கறுப்பின மக்களின் கல்லறையான சதர்ன் வியூ கல்லறைக்குக் கொண்டு செல்லப்பட்டது. அங்கு மார்ட்டின் ஒரு விதையாகப் புதைக்கப்பட்டார்.

★

ஜேம்ஸ் ஏர்ல் ரே, மார்ட்டின் இறந்து இரண்டு மாதங்கள் கழித்து, ஒரு போலி பாஸ்போர்ட்டில் லண்டனுக்குப் பயணம் செய்யக் கிளம்பியபோது, ஹீத்ரோ ஏர்போர்ட்டில் வைத்துக் கைது செய்யப்பட்டான். 1969, மார்ச் 10-ம் தேதி, மார்ட்டின் லூதர் கிங்கைத் தான் கொன்றதாக வாக்குமூலம் கொடுத்தான். அவனுக்கு 99 வருடங்கள் சிறைத் தண்டனை விதிக்கப்பட்டது.

1997-ம் ஆண்டு, மார்ட்டின் லூதர் கிங்கின் மகன் டெக்ஸ்டர் கிங், ஜேம்ஸ் ஏர்ல் ரேயைச் சந்தித்தார்.

'என் தந்தையை நீங்களா கொன்றீர்கள்?'

'இல்லை.'

அதை அப்படியே ஏற்றுக் கொண்டார் டெக்ஸ்டர் கிங். ஜேம்ஸ் ஏர்ல் ரே மார்ட்டின் லூதர் கிங்கைக் கொல்ல அனுப்பப்பட்ட ஓர் அம்பாக இருக்கலாம். அல்லது உண்மையில் அவரேகூட கொலைகாரனாக இல்லாமல் இருக்கலாம். மார்ட்டின் லூதர் கிங்கின் கொலை தொடர்பான மர்ம முடிச்சு இன்றுவரை அவிழவில்லை. மார்ட்டின் லூதர் கிங்கின் குடும்பத்தாரும் ஜேம்ஸ் ஏர்ல் ரேதான், மார்ட்டின் லூதர் கிங்கைக் கொன்ற கொலையாளி என்பதை நம்ப மறுத்தார்கள்.

1998-ம் ஆண்டு, ஏப்ரல் 23-ம் தேதி, தன்னுடைய எழுபதாவது வயதில், ஜேம்ஸ் ஏர்ல் ரே சிறையில் இறந்துபோனான். மஞ்சள் காமாலை வந்து, கிட்னி பழுதடைந்து மரணம் நேர்ந்திருந்தது.

★

'கத்தியைத் தூக்கியவனுக்குக் கத்தியால்தான் சாவு.' ரொம்பச் சரி. அன்பை ஆயுதமாக ஏந்தியவருக்கும் கொடூர மரணம்தான் தீர்ப்பா? அதிலும் சுயநலத்தைக் கருதாமல் மனிதகுல விடுதலைக்காகப் போராடியவர்களுக்கும் அதே கதிதானா? இந்தக் கேள்விக்கு விடையே இல்லை. இயேசு, காந்தி வழியில் நடைபோட்ட மார்ட்டின் லூதர் கிங்கின் மரணம் இந்தக் கேள்விகளைத்தான் நம்மை நோக்கிக் கேட்கிறது.

ஒன்று தெளிவாகிறது. மார்ட்டின் லூதர் கிங்கின் மரணத்துக்கு, ஜேம்ஸ் ஏர்ல் ரே என்ற தனி மனிதன் காரணம் இல்லை. தனிமனித விரோதமும் காரணம் இல்லை. அவருடைய போராட்டத்தை விரும்பாத அதிகார வர்க்கமும் இனவெறியர் களும்தான் இதற்குப் பின்னால் இருக்கிறார்கள்.

மார்ட்டின் லூதர் கிங் இறப்பதற்கு இரண்டு மாதங்களுக்கு முன்பு ஆற்றிய உரையிலிருந்து சில வரிகள்:

'விட்டுச் செல்வதற்கு என்னிடம் பணம் எதுவும் இல்லை. அருமையான மற்றும் ஆடம்பரமானது எதுவும் என்னிடம் இல்லை. ஆனால், ஒரு கொள்கைப் பிடிப்புள்ள வாழ்வை விட்டுச் செல்ல நான் விரும்புகிறேன்.'

பிற்சேர்க்கை – 1

‘நான் ஒரு கனவு காண்கிறேன்!’

1963, ஆகஸ்ட் 28 அன்று வாஷிங்டனிலுள்ள ஆபிரஹாம் லிங்கன் நினைவகத்துக்கு முன்பாக மார்ட்டின் லூதர் கிங் நிகழ்த்திய உரை:

‘சுதந்தரத்துக்காக நடைபெற்ற மாபெரும் போராட்டம் என்று இந்த நாட்டின் வரலாற்றில் இடம்பெறப்போகும் இந்த நிகழ்ச்சியில், இன்று உங்களோடு சேர்ந்து கொள்வதற்காக மகிழ்ச்சியடைகிறேன்.

நூறாண்டுகளுக்கு முன்பு, ஒரு மிகப்பெரிய தலைவர், அடிமை ஒழிப்புப் பிரகடனத்தில் கையெழுத்திட்டார். அந்தப் பிரகடனம், அநீதி என்ற தீயில் வாடி வதங்கி அடிமைகளாக இருந்த லட்சக்கணக்கான கறுப்பின மக்களுக்கு நம்பிக்கை என்னும் கலங்கரை விளக்கமாக அமைந்தது. நீண்ட நாள்களாக இருண்ட சிறையில் அடைக்கப்பட்டிருந்த அவர்களுக்கு மகிழ்ச்சியைத் தரும் விடியலாக அது இருந்தது. இன்று நாம் அவருடைய நினைவகத்தில், இங்கே, நின்றுகொண்டிருக்கிறோம்.

நூறாண்டுகள் கழிந்துவிட்டன. நீக்ரோ இன்னமும் விடுதலை பெறவில்லை. நூறாண்டுகள் கடந்துவிட்டன. நீக்ரோவின் வாழ்க்கை, இன்னமும் இன ஒதுக்கல் என்ற தீமையாலும் இனப் பாகுபாடு என்ற விலங்காலும் மிக மோசமாக முடக்கப்

பட்டுள்ளது. நூறாண்டுகள் கழிந்துவிட்டன. செழிப்பு என்ற ஒரு பெரிய கடலுக்கு நடுவே, வறுமை என்ற தனிமைத் தீவில் நீக்ரோ வாழ்ந்துகொண்டிருக்கிறான். நூறாண்டுகள் கழிந்தும்கூட, நீக்ரோ அமெரிக்க சமூகத்தின் ஒரு மூலையில் வதைபட்டுக் கொண்டிருக்கிறான். சொந்த மண்ணிலேயே அகதியாக உணர்கிறான். இந்த வெட்கக்கேடான நிலைமையை வெளிச்சம் போட்டுக் காட்டவே நாம் இங்கு ஒன்று கூடியிருக்கிறோம்.

ஒரு விதத்தில் பார்த்தால், ஒரு காசோலையைக் கொடுத்துப் பணம் பெறுவதற்காக, நாம் நமது நாட்டின் தலைநகருக்கு வந்திருக்கிறோம். நமது குடியரசை நிர்மாணித்த சிற்பிகள், அரசியலமைப்புச் சட்டத்தையும் சுதந்தரப் பிரகடனத்தையும் வீரம் மிக்க வார்த்தைகளால் எழுதியபோது, தங்களுடைய வாரிசுகளான ஒவ்வோர் அமெரிக்கருக்கும், ஒரு பிராமிசரி நோட்டாகவே அதைப் பாவித்துக் கையெழுத்திட்டார்கள். இந்த பிராமிசரி நோட், அனைத்து மனிதர்களுக்கும் - ஆம், கறுப்பர், வெள்ளையர் என அனைவருக்கும் - வாழ்வுரிமை, சுதந்தரம், மகிழ்ச்சியைத் தேடிப் பெறும் உரிமை போன்ற மீற முடியாத உரிமைகளை வழங்கியது.

கறுப்பின மக்களைப் பொறுத்தவரை, அமெரிக்கா இந்தப் பிராமிசரி நோட்டில் மோசடி செய்துவிட்டது என்பது வெளிப் படை. இந்தப் புனிதமான கடமையை நிறைவேற்றுவதற்குப் பதிலாக, ஒரு மோசடிக் காசோலையை - 'போதுமான நிதி இல்லை' என்ற காரணம் சொல்லித் திருப்பி அனுப்பப்பட்ட காசோலையை - அமெரிக்கா கறுப்பின மக்களுக்குத் தந்திருக் கிறது.

ஆனால், நீதி என்ற வங்கி திவாலாகிவிட்டது என்பதை நாங்கள் நம்ப மறுக்கிறோம். ஏராளமான நல்ல வாய்ப்புகள் பூத்துக் குலுங்கும் இந்த நாட்டில், நிதிப்பற்றாக்குறை நிலவுகிறது என்பதை நாங்கள் நம்ப மறுக்கிறோம். ஆகவே, அந்தக் காசோலையைப் பணமாக மாற்ற நாங்கள் வந்திருக்கிறோம். அந்தக் காசோலையை நீட்டும்போது, சுதந்தரம், நீதியின் பாதுகாப்பு போன்ற செல்வங்கள் எங்களுக்குக் கிடைக்கும்.

செயலில் இறங்கவேண்டிய தருணம் இதுதான் என்பதை அமெரிக்காவுக்கு நினைவூட்டவே இந்தப் பரிசுத்தமான இடத் துக்கு நாம் வந்திருக்கிறோம். பிரச்னையை ஆறப்போடு

வதற்கோ அல்லது படிப்படியான மாற்றங்களை ஏற்றுக்கொண்டு திருப்தியடைவதற்கோ இது நேரமல்ல. ஜனநாயகம் தந்த வாக்குறுதியை மெய்ப்பித்துக் காட்ட வேண்டிய தருணம் இது. இன ஒதுக்கல் என்ற இருண்ட பள்ளத்திலிருந்து வீறுகொண்டு எழுந்து, இனச் சமத்துவம் என்ற ஒளி வீசும் பாதையில் நடை போட வேண்டிய தருணம் இது. இன அநீதி என்ற புதை குழியிலிருந்து நமது நாட்டை மீட்டெடுத்து, சகோதரத்துவம் என்ற உறுதியான அடித்தளத்தில் அதை நிலைநிறுத்த வேண்டிய தருணம் இது. கடவுளின் குழந்தைகள் அனைவருக்கும் நீதியை வழங்குவதற்கு இதுவே உகந்த தருணம்.

இந்தத் தருணத்தின் அவசியத்தைப் புரிந்துகொள்ளவில்லை என்றால், நாடே பேரழிவைச் சந்திக்கும். கறுப்பின மக்களின் நியாயமான மனக்குறை என்னும் இந்தத் தகிக்கும் கோடைக் காலம், சுதந்தரம், சமத்துவம் என்ற உயிர்ப்பு தரும் இலையுதிர் காலம் வரும்வரை நீடிக்கும். 1963-ம் ஆண்டு முடிவல்ல; அது ஒரு தொடக்கம். இந்தக் கறுப்பர்களின் உணர்ச்சிகளுக்கு வடிகால் தேவை என்பதால் இந்தப் பேரணியை நடத்துகிறார்கள், இனி மீண்டும் அமைதியாகி விடுவார்கள் என்று நினைப்பவர்கள் மீண்டும் நாடு பழைய நிலைமையிலேயே நீடிக்கும் என்று நினைத்தால் அதிர்ச்சியே அடைவார்கள். கறுப்பின மக்களுக்கு முழுமையான உரிமைகள் கிடைக்கும்வரை அமெரிக்காவில் அமைதிக்கோ, நிம்மதிக்கோ இடமில்லை. நீதி என்ற பிரகாச மான நாள் உதயமாகும்வரை இந்தக் கலகம் என்னும் புயல் நமது நாட்டின் அஸ்திவாரத்தை உலுக்கிக் கொண்டேயிருக்கும்.

நீதிதேவனின் மாளிகை வாசலில் நின்றுகொண்டிருக்கும் என்னுடைய மக்களுக்கு நான் சில விஷயங்களைச் சொல்ல வேண்டும். நமக்கான இடத்தைப் பெறுவதற்கான போராட்டத் தில், தீய செயல்களைச் செய்யும் குற்றத்துக்கு நாம் ஆளாகிவிடக் கூடாது. வெறுப்பையும் கசப்புணர்வையும் குடித்து, நம் சுதந்தர தாகத்தைத் தணித்துக்கொள்ள முயற்சிக்கக் கூடாது. கண்ணிய மான, கட்டுப்பாடுமிக்க, மேன்மையான பாதையில் நமது போராட்டம் தொடரவேண்டும். நமது நூதனமான எதிர்ப்பு, வன்முறையில் முடிந்து சீரழிந்துவிட நாம் அனுமதிக்கக் கூடாது. மீண்டும் மீண்டும், வன்முறையை எதிர்கொள்ள, ஆன்மிக வலிமையின் துணையை மட்டுமே நாடும் உயரத்துக்குச் செல்லவேண்டும்.

கறுப்பின மக்களைப் பற்றியிருக்கும் இந்த அற்புதமான, புதிய போர்க்குணம், அனைத்து வெள்ளையர்களையும் நம் எதிரிகளாக நினைக்கும் நிலைக்குத் தள்ளிவிடக் கூடாது. பல வெள்ளையினச் சகோதரர்களும், தங்களது எதிர்காலம் பிரிக்கமுடியாத வகையில், நமது எதிர்காலத்தோடு பின்னிப் பிணைந்திருக்கிறது என்பதை உணர்ந்துள்ளனர் என்பதற்கு, இங்கே பெருந்திரளாக அவர்கள் கூடியிருப்பதே சான்று. நமது விடுதலையோடு, அவர்களது விடுதலையும் பிரிக்கமுடியாதபடி பின்னிப் பிணைந்திருக்கிறது என்ற புரிதல் அவர்களுக்கு ஏற்பட்டிருக்கிறது.

நாம் மட்டும் தனியே நடைபோட முடியாது.

நாம் மேற்கொண்டு நடக்கும்போது, நமது பயணம் முன்னோக்கித்தான் இருக்க வேண்டும் என்ற உறுதிமொழியை எடுத்துக் கொள்வோம்.

நாம் பின்னோக்கித் திரும்ப முடியாது.

சிவில் உரிமைமீது தீவிரப் பற்று கொண்டவர்களைப் பார்த்து, 'நீங்கள் எப்பொழுதுதான் திருப்தி அடைவீர்கள்?' என்று ஒரு சிலர் கேட்கிறார்கள். காவல்துறையின் சொல்லொணாக் கொடுமைகளுக்குக் கறுப்பர்கள் பலியாகி வருவது நிற்கும்வரை எங்களால் திருப்தியடைய முடியாது. நீண்ட பயணம் செய்து களைப்படைந்திருக்கும் கறுப்பர்களுக்கு, தேசிய நெடுஞ் சாலைகளில் இருக்கும் ஓட்டல்களிலும் நகர விடுதிகளிலும் தங்கி ஓய்வெடுக்க அனுமதி கிடைக்கும்வரை எங்களால் திருப்தி யடைய முடியாது. சேரிகளைத்தவிர, கறுப்பின மக்களால் வேறெங்கும் குடிபெயர முடியாது என்ற நிலை நீடிக்கும்வரை எங்களால் திருப்தியடைய முடியாது. 'வெள்ளையர்களுக்கு மட்டும்' என்ற தகவல் பலகைகள், எங்கள் குழந்தைகளின் தனித்தன்மையைச் சூறையாடுவதும் அவர்களது கண்ணி யத்தைக் களவாடுவதும் நீடிக்கும்வரை எங்களால் திருப்தி யடைய முடியாது. மிசிசிப்பியிலிருக்கும் கறுப்பர்களுக்கு வாக்குரிமை கிடைக்கும்வரை, நியூ யார்க் கறுப்பர்கள் தாம் ஏன் வாக்களிக்கவேண்டும் என்று நினைக்கும்வரை எங்களால் திருப்தியடைய முடியாது. நாங்கள் திருப்தி அடையவில்லை, அடையவும் மாட்டோம்... நீதி மழையைப்போலப் பொழியும் வரை, நியாயம் ஆற்றைப்போலப் பாயும்வரை!

உங்களில் ஒரு சிலர், மாபெரும் அக்னிச் சோதனைகளுக்கும் இன்னல்களுக்கும் மத்தியிலிருந்து இங்கே வந்திருக்கிறீர்கள் என்பதை நான் அறியாமல் இல்லை. உங்களில் ஒரு சிலர், சிறைச் சாலையின் குறுகிய அறைகளிலிருந்து நேராக இங்கே வந்திருக் கிறீர்கள். உங்களில் ஒரு சிலர், விடுதலை தாகத்தால் அடுக்கடுக் கான சித்திரவதைகளையும் காவல்துறையின் கொடுமைகளை யும் சந்தித்த பகுதிகளிலிருந்து இங்கே வந்திருக்கிறீர்கள். நீங்கள் அனைவரும் நூதனமான முறையில் துன்பங்களை எதிர் கொண்டீர்கள். தேடாமல் கிடைத்த துன்பங்களுக்கு மீட்சி நிச்சயம் உண்டு என்ற நம்பிக்கையோடு தொடர்ந்து பணியாற்றுங்கள்.

ஏதாவது ஒரு வழியில் இந்தச் சூழ்நிலை நிச்சயம் மாறும்; மாற்றப்படும் என்ற புரிதலோடு மிசிசிப்பிக்குத் திரும்பிச் செல்லுங்கள்; அலபாமாவுக்குத் திரும்பிச் செல்லுங்கள்; தெற்கு கரோலினாவுக்குத் திரும்பிச் செல்லுங்கள்; ஜார்ஜியாவுக்குத் திரும்பிச் செல்லுங்கள்; லூசியானாவுக்குத் திரும்பிச் செல்லுங் கள்; நமது வடக்குப் பகுதி நகரங்களில் இருக்கும் சேரிகளுக்குத் திரும்பிச் செல்லுங்கள்.

நண்பர்களே, நிராசை என்னும் பள்ளத்தாக்கில் உழலவேண்டாம் என்று உங்களுக்கு இன்று சொல்லிக்கொள்கிறேன்.

இன்றும் நாளையும் நம்மை இன்னல்கள் எதிர்கொண்டாலும், நான் ஒரு கனவு காண்கிறேன் என்பதை இன்று உங்களுக்குச் சொல்லிக்கொள்ள விரும்புகிறேன். இந்தக் கனவு அமெரிக்கக் கனவில் ஆழமாக வேர் கொண்டுள்ளது.

இந்த நாடு ஒரு நாள் எழுச்சி பெற்று, ‘அனைத்து மனிதர்களும் சமமாகவே படைக்கப்பட்டுள்ளார்கள்; இந்த உண்மை அனை வராலும் தெள்ளத்தெளிவாகக் காணக்கூடியது’ என்ற (அமெரிக்க விடுதலைப் பிரகடனத்தில் சொல்லப்பட்ட) உண்மைக்கு ஏற்றவாறு நடந்துகொள்ளும் என்று நான் ஒரு கனவு காண்கிறேன்.

ஜார்ஜியாவின் சிவப்பு மலைகளில் முன்னாள் அடிமைகளின் புதல்வர்களும் அடிமைகளை வைத்திருந்த முன்னாள் எஜமானர் களின் புதல்வர்களும் சகோதரத்துவம் என்ற மேஜையில் ஒன்றாக அமரும் நாள் ஒன்று வரும் என்று நான் ஒரு கனவு காண்கிறேன்.

அநீதி, அடக்குமுறை என்ற கொடுமைகளில் புழுங்கிக் கொண்டிருக்கும் மிசிசிப்பி மாநிலம்கூட, சுதந்தரமும் நீதியும் பூத்துக் குலுங்கும் சோலையாக நிச்சயம் ஒரு நாள் மாறும் என்று நான் ஒரு கனவு காண்கிறேன்.

நிறத்தை வைத்து மதிப்பிடாமல், தங்களது நடத்தைகளை வைத்து மதிக்கப்படும் ஒரு நாட்டில் எனது சின்னக்குழந்தைகள் நான்கும் வாழும் நாளொன்று வரும் என்று நான் ஒரு கனவு காண்கிறேன்.

நான் இன்று ஒரு கனவு காண்கிறேன்.

இனவெறி பிடித்தோர் அலையும் அலபாமாவில், வெற்று வார்த்தைகளை வீசும் ஆளுநரைக் கொண்ட அலபாமா வில், கறுப்பினச் சிறுவர், சிறுமிகள், வெள்ளையினச் சிறுவர், சிறுமிகளோடு கரம்கோக்கும் நாள் ஒன்று நிச்சயம் வரும் என்று நான் ஒரு கனவு காண்கிறேன்.

நான் இன்று ஒரு கனவு காண்கிறேன்.

ஒவ்வொரு பள்ளமும் மேடாக்கப்படும்; ஒவ்வொரு குன்றும் மலையும் பெயர்த்தெறியப்படும்; மேடு பள்ளங்கள் சமதள மாக்கப்படும்; கோணல்மாணலான பாதைகள் நேராக்கப்படும்; தேவனின் மகிமை வெளிப்படும்; தேவனின் மாமிசமாக விளங்கும் அனைவரும் ஒன்றாக அதைக் காண்பார்கள் என்று நான் ஒரு கனவு காண்கிறேன்.

இதுதான் நமது நம்பிக்கை. இந்த நம்பிக்கையோடுதான் நான் தென்பகுதிக்குச் செல்லப்போகிறேன்.

இந்த நம்பிக்கையைக் கொண்டுதான், நிராசை என்ற மலையிலிருந்து ஆசை என்ற சிற்பத்தைச் செதுக்கப்போகிறேன். இந்த நம்பிக்கையைக் கொண்டுதான் கருத்து வேற்றுமை என்ற அபசுரத்தைச் சகோதரத்துவம் என்ற அழகான சிம்பொனி இசையாக மாற்றப் போகிறேன். இந்த நம்பிக்கையோடுதான் நாம் அனைவரும் ஒன்றாகப் பணியாற்றப் போகிறோம்; ஒன்றாக விளையாடப்போகிறோம்; ஒன்றாகப் போராடப்போகிறோம்; ஒன்றாகச் சிறை செல்லப்போகிறோம். ஒரு நாள் நிச்சயம் நமக்கு விடுதலை கிடைக்கும் என்ற புரிதலோடு சுதந்தரத்துக்காக போராடப்போகிறோம்...

கடவுளின் குழந்தைகள் அனைவரும் இந்தப் பாடலைப் புதிய அர்த்தத்தோடு பாடும் நாளாக அது இருக்கும்.

என் நாடே
விடுதலை தவழும் அற்புத நாடே
உன்னைப் பாடுகிறேன்
என் தந்தையர்கள் உயிர் நீத்த பூமியில்
என் முன்னோர்கள் குடியேறிய
பெருமைமிக்க தேசத்தில்
ஒவ்வொரு மலையிலிருந்தும்
ஒலிக்கட்டும் விடுதலை கீதம்!

அமெரிக்கா ஒரு மாபெரும் தேசம் என்றால், இது நடக்க வேண்டும். நியூ ஹேம்ப்ஷயரின் கம்பீரமான மலைச் சிகரங்களிலிருந்து விடுதலை கீதம் ஒலிக்கட்டும்.

நியூ யார்க்கின் மாபெரும் மலைகளிலிருந்து விடுதலை கீதம் ஒலிக்கட்டும்.

பென்சில்வேனியாவின் உயரமான அலெகெனீஸ் சிகரங்களிலிருந்து விடுதலை கீதம் ஒலிக்கட்டும்.

பனிமூடிய கொலராடோவின் ராக்கி மலைகளிலிருந்து விடுதலை கீதம் ஒலிக்கட்டும்.

கலிபோர்னியாவின் வளைந்த மலைச்சரிவிலிருந்து விடுதலை கீதம் ஒலிக்கட்டும்.

அது மட்டுமல்ல.

ஜார்ஜியாவின் ஸ்டோன் மலையிலிருந்து விடுதலை கீதம் ஒலிக்கட்டும்.

டென்னெசியின் லுக்அவுட் மலையிலிருந்து விடுதலை கீதம் ஒலிக்கட்டும்.

மிசிசிப்பியின் ஒவ்வொரு மலையிலிருந்தும் ஒவ்வொரு குன்றிலிருந்தும் விடுதலை கீதம் ஒலிக்கட்டும்.

எல்லா மலைகளிலிருந்தும் விடுதலை கீதம் ஒலிக்கட்டும்.

விடுதலை கீதம் ஒலிக்கட்டும்! ஒவ்வொரு கிராமத்திலும் ஒவ்வொரு குடிசையிலும் விடுதலை கீதம் ஒலிக்கட்டும்! ஒவ்வொரு மாநிலத்திலும் ஒவ்வொரு நகரத்திலும் விடுதலை கீதம் ஒலிக்கட்டும்! கறுப்பர்கள், வெள்ளையர்கள், யூதர்கள், யூதரல்லாதவர்கள், ப்ராட்டஸ்டண்ட்டுகள், கத்தோலிக்கர்கள் எனத் தேவனின் குழந்தைகள் அனைவரும் கரம்கோத்துக் கொண்டு நீக்ரோ ஆன்மிகப் பாடலைப் பாடும்நாள் அப்பொழுதுதான் உதயமாகும்:

இறுதியில் விடுதலை! இறுதியில் விடுதலை!

எல்லாம் வல்ல தேவனே, நன்றி! இறுதியாக நாங்கள் விடுதலை அடைந்தோம்!'

பிற்சேர்க்கை - 2

நோபல் பரிசு ஏற்புரை

'இன அநீதி என்ற நீண்ட இருட்டு இரவுக்கு முடிவுகட்ட, அமெரிக்காவின் 22 மில்லியன் கறுப்பின மக்கள் ஒரு நூதனமான போராட்டத்தில் ஈடுபட்டிருக்கும் நேரத்தில், அமைதிக்கான நோபல் பரிசை நான் ஏற்றுக் கொள்கிறேன். சிவில் உரிமைகள் இயக்கத்தின் சார்பாக நான் இந்தப் பரிசை ஏற்றுக் கொள்கிறேன். அந்த இயக்கம் சுதந்தரத்தை நிலை நாட்டவும் நீதியின் ஆட்சியை உருவாக்கவும் அதனால் ஏற்படும் எல்லாவிதமான ஆபத்துகளுக்கும் கவலைப்படாமல் உறுதியாக முன்னேறிக்கொண்டு இருக்கிறது.

நேற்றுதான் அலபாமா மாநிலம் பர்மிங்காம் நகரத்தில், சகோதரத்துவம் என்ற குரலை எழுப்பிய எங்கள் குழந்தைகள்மீது தண்ணீரைப் பீய்ச்சி, நாய்களை ஏவிவிட்டு, ஏன் மரணத்தைக் கூடக் கொடுத்து பதில் தரப்பட்டிருக்கிறது என்று அறிகிறேன். நேற்றுதான் மிசிசிப்பி மாநிலம் பிலடெல்பியா நகரத்திலும், வாக்களிக்கும் உரிமை வேண்டுமென்று கேட்ட கறுப்பின மக்கள் மிருகத்தனமான ஒடுக்குமுறைக்கு ஆளானார்கள், கொலை செய்யப்பட்டார்கள் என்றும் அறிகிறேன். நேற்றுதான் மிசிசிப்பி மாநிலத்தில் மட்டும் நாற்பதுக்கும் மேலான பிரார்த்தனைக் கூடங்கள் - இன ஒதுக்கலை ஏற்றுக் கொள்ளாத மக்களைப் பிரார்த்தனை செய்ய அனுமதித்த ஒரே காரணத்தால் -

வெடிகுண்டு வீசியும் நெருப்பு வைக்கப்பட்டும் எரிக்கப்பட்டன. மிகக் கொடிய வறுமை என்னுடைய மக்களைப் பீடித்துள்ளது;, பொருளாதார ஏணியின் அடிமட்டத்தில் விலங்கிட்டு பிணைத்திருக்கிறது என்பதையும் நான் அறிவேன்.

எனவே, சுற்றிலும் எதிரிகளால் வளைக்கப்பட்டிருக்கிற, இடைவிடாத போராட்டத்தில் உறுதியாக நிற்கிற ஓர் இயக்கத்துக்கு ஏன் இந்தப் பரிசு வழங்கப்பட்டிருக்கிறது என்று நான் கேட்க விரும்புகிறேன். நோபல் பரிசு என்பதன் சாராம்சமான அமைதி மற்றும் சகோதரத்துவத்தை இன்னும் அடைந்திடாத ஓர் இயக்கத்துக்கு, இந்தப் பரிசு ஏன் வழங்கப்பட்டிருக்கிறது என்பதைக் கேட்க விரும்புகிறேன்.

மிகுந்த யோசனைக்குப்பிறகு எனக்குத் தோன்றுவது இதுதான்: எங்களது இயக்கத்தின் சார்பாக எனக்குக் கிடைத்திருக்கும் இந்தப் பரிசு, நம் காலத்தின் முக்கியமான அரசியல் மற்றும் தார்மீகப் பிரச்னைகளுக்கான விடை, வன்முறையற்ற வழி மட்டுமே - அதாவது, வன்முறை மற்றும் ஒடுக்குமுறையைச் சமாளிக்க, ஒடுக்குமுறை மற்றும் வன்முறையயை மனிதன் தவிர்க்கவேண்டும் - என்பதை ஆழமாக அங்கீகரித்திருக்கிறது என்பதுதான். நாகரிகமும் வன்முறையும் ஒன்றுக்கொன்று எதிரான கோட்பாடுகள். அஹிம்சை என்பது எதுவும் செய்யாமல் வேடிக்கை பார்த்துக் கொண்டிருப்பதல்ல, அது சமுதாய மாற்றத்தைக் கொண்டுவரக்கூடிய பலம் வாய்ந்த தார்மீக சக்தி என்று இந்திய மக்களைப் பின்பற்றி அமெரிக்காவிலுள்ள கறுப்பின மக்களும் நிரூபித்துக் காட்டியுள்ளார்கள். கூடிய விரைவில் உலகிலுள்ள மக்கள் எல்லோரும் அமைதியாகவும் ஒற்றுமையாகவும் வாழ்வதற்கு ஒரு வழியைக் கண்டுபிடித்தே ஆகவேண்டும். அதன்மூலம், விரைவில் ஒலிக்க இருக்கும் மரணகீதத்தை இனிக்கும் இறைவனது துதிப்பாடலாக மாற்ற முடியும். இதைச் சாதிக்க வேண்டுமென்றால், பழி வாங்குதல், ஆக்ரோஷம், திருப்பித் தாக்குதல் போன்றவற்றை நிராகரித்து, அனைத்துவிதமான மனித மோதல்களுக்கும் தீர்வு தரும் ஒரு வழியை மனிதன் உருவாக்க வேண்டும். அப்படிப்பட்ட ஒரு வழிமுறைக்கான அடித்தளம் அன்பு.

அலபாமா மாநிலம் மாண்ட்கோமெரி நகரில் தொடங்கி ஆஸ்லோவுக்கு வந்திருக்கும் இந்தக் கரடுமுரடான பாதைதான்

இந்த உண்மைக்குச் சாட்சி. ஓர் உன்னதமான மரியாதையை அடைவதற்காக, லட்சக்கணக்கான கறுப்பின மக்கள் இந்தப் பாதையில்தான் பயணம் செய்து கொண்டிருக்கிறார்கள். இந்தப் பாதை, முன்னேற்றத்துக்கும் நம்பிக்கைக்குமான ஒரு புதிய சகாப்தத்தை எல்லா அமெரிக்க மக்களுக்கும் திறந்துவிட்டிருக் கிறது. ஒரு புதிய சிவில் உரிமை மசோதாவை நோக்கி அழைத்துச் சென்றிருக்கிறது. அதோடு, கறுப்பின மக்களும் வெள்ளையின மக்களும் தங்களுடைய பொதுப் பிரச்னைகளைச் சமாளிப் பதற்காக அதிக அளவில் கூட்டாகச் சேர்ந்தால், அந்தப் பாதை விரிவுபடுத்தப்பட்டு, நீட்டிக்கப்பட்டு, நீதி என்ற நெடுஞ்சாலை யாக மாறும் என்று நான் நிச்சயமாக நம்புகிறேன்.

அமெரிக்கா மீது நிலையான நம்பிக்கை வைத்து, மனிதகுல எதிர்காலத்தின் மீது துணிச்சலான நம்பிக்கை வைத்து நான் இந்தப் பரிசை இன்று ஏற்றுக்கொள்கிறேன். வரலாறின் அவ நம்பிக்கைகளுக்கு இறுதி பதிலாக நிராசையை நான் ஏற்றுக் கொள்ள மறுக்கிறேன். மனிதன் இன்று இருக்கும் நிலையே, அவன் எந்த ஆதர்ச நிலையில் இருக்கவேண்டுமோ, அந்த நிலையை அடைவதற்குத் தடையாக இருக்கும் என்னும் கருத் தாக்கத்தை நான் ஏற்றுக்கொள்ள மறுக்கிறேன். மனிதன் என்பவன் வாழ்க்கை என்ற ஆற்றில் மிதக்கும் உபயோகமற்ற குப்பைபோன்றவன், தன்னைச் சுற்றி நடக்கும் நிகழ்வுகளை மாற்றக்கூடிய சக்தி இல்லாதவன் என்று சொல்லப்படும் கருத்தை நான் மறுக்கிறேன். மனிதகுலம், இன ஒதுக்கல், யுத்தம் போன்ற நட்சத்திரமில்லாத நடு இரவுடன் சோகமாக இணைக்கப் பட்டிருக்கிறது; அமைதி, சகோதரத்துவம் போன்ற பிரகாசமான காலைப்பொழுது ஒருபோதும் வரப்போவதில்லை என்ற கண்ணோட்டத்தை நான் ஏற்க மறுக்கிறேன்.

ஒவ்வொரு நாடும் சுழல் ராணுவப் படிக்கட்டில் இறங்கி, அணு ஆயுதம் என்னும் நரகத்துக்குள் போய் விழுந்தே தீரும் என்ற எதிர்மறைக் கருத்தை நான் ஏற்க மறுக்கிறேன். ஆயுதம் ஏந்தாத உண்மை, நிபந்தனையற்ற அன்பு - இவைதான் யதார்த்தத்தின் இறுதி வார்த்தைகளாக இருக்கும் என்று நான் நம்புகிறேன். அதனால்தான் தாற்காலிகமாகத் தோற்கடிக்கப்பட்ட உண்மை என்பது வெற்றிபெற்ற தீங்கைவிடப் பலம் வாய்ந்ததாக இருக்கிறது. இன்றைய குண்டுவெடிப்புகளுக்கும் துப்பாக்கிக் குண்டுகளின் ஒலிகளுக்கும் இடையில் ஒரு பிரகாசமான நாளைய

பொழுதுக்கான நம்பிக்கை இன்னும் இருக்கிறது என்று நான் நம்புகிறேன். நமது நாடுகளில், ரத்தம் ஆறாக ஓடும் தெருக்களில் விழுந்து, காயப்பட்டுக்கிடக்கும் நீதியை, அவமானம் என்ற இந்தத் தூசியிலிருந்து தூக்கி, நமது மக்களின் குழந்தை களுக்கிடையே, உயர்ந்த கோட்பாடாக நிலைநிறுத்த முடியும் என்று நான் நம்புகிறேன். எல்லா இடங்களிலும் இருக்கும் மக்கள் தங்களது வயிற்றுக்கு மூன்று வேளை உணவு பெற முடியும்; தங்களது சிந்தனைக்குக் கல்வியையும் கலாசாரத் தையும் பெறமுடியும்; தங்களது உணர்வுகளுக்கு மரியாதை, சமத்துவம் மற்றும் சுதந்தரத்தைப் பெறமுடியும் என்று நம்பும் துணிவு எனக்கு இருக்கிறது. சுயநலம் கொண்ட மனிதர்கள் கிழித்தெறிந்ததை மற்றவர்களின் நலத்தை நாடுபவர்களால் சரிப்படுத்த முடியும் என்று நான் நம்புகிறேன். மனிதகுலம் ஒரு நாள் கடவுள்முன் மண்டியிட்டுத் தலைவணங்கும் என்றும் யுத்தம், ரத்தம் சிந்துதல் ஆகியவற்றை வெற்றிகொண்டு முடி சூட்டிக்கொள்ளும் என்றும் அஹிம்சை பூர்வமான மீட்சி, நல்லெண்ணச் சட்டத்தின் ஆட்சி ஆகியவற்றைப் பிரகடனம் செய்யும் என்றும் நான் இன்னும் நம்புகிறேன். 'சிங்கமும் வெள்ளாடும் அருகருகே அமர்ந்துகொள்ளும் சூழல் ஏற்படும். ஒவ்வொரு மனிதனும் தன்னுடைய திராட்சை மற்றும் அத்தி மரத்தினடியில் அமர்ந்துகொள்வான். யாரும் பயப்படவேண்டிய அவசியம் இருக்காது.' (பைபிள் வாசகம்) எல்லாச் சங்கடங் களையும் நாம் கடந்து செல்வோம்.

எதிர்காலம் குறித்த நிச்சயமற்ற நிலைமையைச் சமாளிக்க, இந்த நம்பிக்கை நமக்குத் துணிவைக் கொடுக்கும். சுதந்தர நகரத்தை நோக்கித் தொடர்ந்து நாம் முன்னேறிச் செல்லும்போது, சோர் வடைந்த நம் பாதங்களுக்கு அது ஒரு புதிய பலத்தைக் கொடுக் கும். தாழ்வான மேகங்களால் சூழப்பட்டு வேதனைக்குள்ளான நாள்களில் நாம் இருந்தபோது, ஆயிரம் நள்ளிரவுகளைவிட நமது இரவுகள் இருண்டிருந்தபோது, ஓர் உண்மையான நாகரிகம் பிறக்கவேண்டும் என்பதற்காகப் போராடும் ஓர் ஆக்கபூர்வமான நேரத்தில் நாம் வாழ்ந்து கொண்டிருக்கிறோம் என்பது நமக்குத் தெரிய வரும்.

மனிதகுலத்தால் ஈர்க்கப்பட்டு, புதுப்பிக்கப்பட்ட உணர்வோடு ஓர் அறங்காவலனாக இன்றைக்கு நான் ஆஸ்லோவுக்கு வந்திருக் கிறேன். சமாதானத்தையும் சகோதரத்துவத்தையும் நேசிக்கும்

அனைத்து மனிதர்களின் சார்பாகவும் நான் இந்தப் பரிசை ஏற்றுக் கொள்கிறேன். ஓர் அறங்காவலனாக நான் வந்திருக்கிறேன் என்று நான் சொல்கிறேன். ஏனென்றால், இந்தப் பரிசு, தனிப் பட்ட முறையில் என்னை கௌரவிப்பதற்காக மட்டும் கொடுக்கப்பட்டதல்ல என்று நான் உணர்கிறேன்.

ஒவ்வொருமுறை நான் விமானத்தில் ஏறும்பொழுதும், என் பயணத்தை வெற்றிகரமானதாக்கிய பல மனிதர்களை - தெரிந்த விமான ஓட்டிகளை, தெரியாத தரையில் உள்ளஊழியர்களை - நினைத்துக் கொள்வேன்.

அதைப்போல, வானை நோக்கிக் கிளம்பும் சுதந்தர இயக் கத்தைக் கட்டுப்படுத்தும் நமது போராட்டத்தின் வழிகாட்டி களை நீங்கள் கௌரவிக்கிறீர்கள். தென்னாப்பிரிக்காவின் தலைவர் லூதுலியை மீண்டும் ஒருமுறை நீங்கள் கௌரவிக்கிறீர் கள். அங்கே அவரது போராட்டத்துக்கு பதிலாக, மிருகத் தனமான ஒடுக்குமுறை கட்டவிழ்த்துவிடப்படுகிறது. நீங்கள், தரையில் இருக்கும் செயல்வீரர்களைக் கௌரவிக்கிறீர்கள். அவர்களுடைய உழைப்பும் தியாகமும் இல்லாமல், சுதந்தரத்துக் கான ஜெட் விமானங்கள் பூமியில் இருந்து கிளம்பியிருக்கவே முடியாது. இவர்களில் பெரும்பாலானவர்களின் பெயர்கள் பத்திரிகைகளின் தலைப்புச் செய்திகளில் வராது. 'யார் இவர்கள்?' என்ற புத்தகத்திலும் இடம்பெறாது. இருந்தாலும், காலங்கள் உருண்டோடி, உண்மை என்ற மகத்தான ஒளி, நாம் வாழும் இந்த அற்புதமான யுகத்தில் பிரதிபலிக்கும்போது, ஆண்களும் பெண்களும், தேவனின் இப்படிப்பட்ட பணிவான குழந்தைகள், நேர்மையான லட்சியத்துக்காக வேதனையை ஏற்றுக் கொண்டார்கள் என்பதன் மூலம், நாம் ஓர் அற்புதமான பூமியைப் பெற்றிருக்கிறோம்; நல்ல மக்களைப் பெற்றிருக் கிறோம்; உயர்ந்த நாகரிகத்தைப் பெற்றிருக்கிறோம் என்பதைத் தெரிந்துகொள்வார்கள்; குழந்தைகளுக்கு அதைச் சொல்லிக் கொடுப்பார்கள். .

இந்தப் பரிசை மகத்தான பொருள்களைக் கண்ணும் கருத்துமாக வைத்துப் பாதுகாப்பவர் என்ற உணர்வில் நான் ஏற்றுக் கொள்கிறேன் என்று கூறும்பொழுது, நான் எதைக் குறித்து இப்படிச் சொல்கிறேன் என்பதை நோபல் பரிசை உருவாக்கிய ஆல்பிரட் நோபல் அறிவார் என்று நான் நினைக்கிறேன்.

பாதுகாவலர் என்றால், அதன் உண்மையான உரிமையாளர்களின், அதாவது, அழகென்பதை உண்மையாகவும், உண்மையென்பதை அழகாகவும் கருதக்கூடிய, உண்மையான சகோதரத்துவம் மற்றும் சமாதானம் ஆகியவற்றை வைரங்கள், வெள்ளி, தங்கத்தைவிட அழகானதாக நினைக்கக்கூடிய உண்மையான உரிமையாளர்களின் நம்பிக்கைக்கு உரியவராக இந்தப் பாதுகாவலர் இருக்கிறார்.

பிற்சேர்க்கை - 3

உதவிய புத்தகங்கள்:

மார்ட்டின் லூதர் கிங்: இனவெறியும் படுகொலையும் - வில்லியம் எஃப் பெப்பர் - தமிழில் வெ. கோவிந்தசாமி

மார்ட்டின் லூதர் கிங் - என். ராமகிருஷ்ணன்

டாலர் தேசம் - பா. ராகவன்

இணையதளங்கள்:

The Autobiography of Martin Luther King, JR - Edited by Clayborne Carso

http://www.loc.gov/exhibits/brown/brown-aftermath.html

http://www.thekingcenter.org/mlk/bio.html

http://www.holidays.net/mlk/story.htm

http://www.pocanticohills.org/taverna/98/1.htm

http://www.eyewitnesstohistory.com/columbus.htm

http://www.gale.com/free_resources/bhm/bio/king_m.htm

http://www.harcourtschool.com/activity/biographies/brown/

http://www.watson.org/~lisa/blackhistory/early-civilrights/brown.html

http://www.pbs.org/kcet/publicschool/innovators/brown.html

http://library.thinkquest.org/J0112391/brown_v__board_of_education.htm

http://www.centralhigh57.org/The_Little_Rock_Nine.html

http://library.thinkquest.org/J0112391/little_rock_nine.htm

http://www.watson.org/~lisa/blackhistory/school-integration/lilrock/index.html

http://www.infoplease.com/spot/bhmheroes1.html

http://pbskids.org/wayback/civilrights/features_school.html

http://www.enchantedlearning.com/history/us/MLK/childhood.shtml

http://www.moreorless.au.com/heroes/king.html

http://www.achievement.org/autodoc/page/par0bio-1

http://www.time.com/time/time100/heroes/profile/parks01.html

http://www.rosaparks.org/

http://www.holidays.net/mlk/story.htm

http://rawstory.com/news/2005/Text_of_Gore_speech_0116.html

http://www.sparknotes.com/biography/mlk/section5.rhtml

http://www.historylearningsite.co.uk/birmingham.htm

http://www.moreorless.au.com/heroes/king.html

http://www.crimelibrary.com/terrorists_spies/assassins/ray/1.html

http://www.catyoga.com/home.html

http://www.webcom.com/~lpease/collections/assassinations/mlk.htm

http://www.whatreallyhappened.com/ARTICLE1/overlooked.html

http://www.npr.org/templates/story/story.php?storyId=5180053

http://webspace.oanet.com/jaywhy/martin.htm

http://www.vov.com/leaders/mlkjr.html

http://teacher.scholastic.com/rosa/

http://news.bbc.co.uk/onthisday/hi/dates/stories/april/4/newsid_2453000/2453987.stm

http://www.museum.tv/archives/etv/K/htmlK/kingmartin/kingmartin.htm

http://www.metroactive.com/papers/sonoma/08.07.97/mlkj-9732.html

---

வாழ்க்கையும் போராட்டமும்

ஃபிடல் காஸ்ட்ரோ:

சிம்ம சொப்பனம்

மருதன்

ISBN 978-81-8368-124-7

சே குவேரா:

வேண்டும் விடுதலை

மருதன்

ISBN 978-81-8368-244-2

சர்வம் ஸ்டாலின் மயம்

மருதன்

ISBN 978-81-8368-250-3

ஹியூகோ சாவேஸ்:

மோதிப் பார்!

மருதன்

ISBN 978-81-8368-229-9

புயலின் பெயர் சூ கீ

மியான்மரின் ஒரே நம்பிக்கை நட்சத்திரம்!

என். ராமகிருஷ்ணன்

ISBN 978-81-8368-178-0

மார்க்ஸ் எனும் மனிதர்

என். ராமகிருஷ்ணன்

ISBN 978-81-8368-088-2

ரஷ்யப் புரட்சி

என். ராமகிருஷ்ணன்

ISBN 978-81-8368-145-2

முதல் காம்ரேட்

மருதன்

ISBN 978-81-8368-331-9

www.ingramcontent.com/pod-product-compliance
Lightning Source LLC
LaVergne TN
LVHW100402181026
850499LV00037B/566